የስሜት ብልህነት

በዶ/ር ኢዮብ ማሞ

የስሜት ብልህነት

አምስተኛ እትም (2009)

Emotional Intelligence

Fifth edition 2017

ይህንን መጽሐፍ ያለ ደራሲው ፈቃድ ሙሉ በሙሉም ሆነ በከፊል

ማባዛት እንዲሁም በማንኛውም ሚዲያ ማስተላለፍ በሕግ የተከለከለ ነው::

dreyobmamo@globaleadership.net

www.globaleadership.net

Dr. Eyob Mamo

Box 5824

Addis Ababa, Ethiopia

251-911-220566

ምስጋና

የጽሁፉን ዋና ሃሳብ፣ እንዲሁም የቃላትና የፊደላት ጥራት በማረምና በማስተካከል ለደገፉኝ ለጽዮን ተሾመ፣ ለሄለን ዓለሙ እና ለመቅድም ጀንበሬ፣

የመጽሐፉን ሽፋን አርትና የውስጥ ገጾች ሌይአውት በማቀናበር ለደገፈኝ ለአሉላ ዮሐንስ (በአርት ስራው ለመጠቀም ከፈለጉ በ 0911-871767 ደውለው ማግኘት ይችላሉ) . . .

የከበረ ምስጋና አቀርባለሁ፡፡

በዶክተር ኢዮብ ማሞ የተጻፉ መነበብ ያለባቸው መጻሕፍት፡-

1. አመራር A to Z	7. የማንነትህ መለኪያ
2. 25 የስኬት ቁልፎች	8. ሁለንተናዊ ብልጽግና
3. የጊዜ አጠቃቀም ጥበብ	9. የትራንስፎርሜሽን አመራር
4. የስሜት ብልህነት	10. የአለማችን አስቸጋሪ ሰዎች
5. እይታ	11. ራስን ማሸነፍ
6. ትኩረት	12. የገንዘብ ነጻነት አምዶች

መጻሕፍቶቹ በማንኛውም የመጻሕፍት መደብሮች ይገኛሉና ገዝተው ይጠቀሙ!

ማውጫ

መግቢያ

"ብልህነት" የሚለው ቃል በቀላሉ ሲተረጎም "አንድን እውቀት ወይም ችሎታ የማግኘትና ያንንም የተገኘውን እውቀት የመጠቀም ብቃት" ማለት ነው ብንል አንሳሳትም፡፡ ብልህነትን ከአእምሮ እውቀት አንጻርና ጎበዝ ተማሪ ከመሆን ጋር ብቻ አዛምዶ ማየት የተለመደ ነው፡፡ ሆኖም ብልህነት ከአእምሮ እውቀት ያለፈ ገጽታ አለው፡፡ የብልህነት መለኪያው በሁለት ይከፈላል፡፡ የስሜት ብልህነት (Emotional Intelligence) እና የአእምሮ ብልህነት (Intelligent Quotient)፡፡

ብልህነት ለሚለው ቃል ከላይ በሰጠነው ትርጓሜ መሰረት፣ አንድን እውቀት በአእምሮአችን የምናውቀውን ያህል በስሜታችንም የማወቅ ብቃት አለን፡፡ ስሜት ስድስተኛው "ህዋስ" በመባል ይታወቃል፡፡ ማየት፣ መስማት፣ መዳሰስ፣ መቅመስና ማሽተት ከተሰኙት አምስቱ ሕዋሳቶቻችን ባሻገር "መሰማት" (Feeling) የተሰኘ የህዋሳት መረጃ ሁሉ የሚከማችበት ሌላ የእውቀት ማእከል አለ፡፡

ማንኛውም የስሜት ዓይነት ለሁሉ ሰው የተሰጠ ስጦታ ነው፡፡ ይህ ስሜት ለሁሉ የመሰጠቱ እውነታ ደግሞ ለአሉታዊዎቹም ሆነ ለአዎንታዊዎቹ ስሜቶች የሚሰራ እውነት ነው፡፡ መፍራት ባይኖር ማምለጥ የለም፣ መደንገጥ ባይኖር ለመጠንቀቅ መዘጋጀት የለም፡፡ መጓጓት ባይኖር ለአንድ ነገር መትጋት አይኖርም፣ ማፍቀር ባይኖር የቃል ኪዳን ሕይወትና የቤተሰብ መመስረት የተሰኙት ነገሮች አይኖሩም፡፡ ስሜት ለሁሉ የተሰጠ ስጦታ ቢሆንም፣ አያያዙንና አጠቃቀሙን ማወቅ ግን የአዋቂዎችና የብልሆች ድርሻ ነው፡፡

Emotion (ስሜት) የሚለው የእንግሊዝኛው ቃል ከላቲንኛው ቋንቋ ያለው ስርና አመጣጡ "መንቀሳቀስ" የሚልን ሃሳብ የያዘ ነው፡፡ ስለዚህም፣ ስሜት የሚለው ቃል ወደ አንድ አቅጣጫ የመንቀሳቀስን ዝንባሌ ያመላክታል፡፡ ስሜት ካለ መንቀሳቀስና ተግባር አለ፡፡ ለምሳሌ ሳይንስ እንደሚነግረን በንዴት ጊዜ ደም ወደ እጅ መፍሰስ

ይጀምራል፤ አንድን ነገር አንስቶ ንዴትን ተግባራዊ ለማድረግ ያዘጋጀናል፡፡ የልብ ትርታ ይጨምራል፣ ለተግባር ጉልበትን የሚሰጡ ኬሚካሎች በሰውነታችን መሰራጨት ይጀምራሉ፡፡ በፍርሃት ጊዜ ደም ወደ እግሮችና ወደ መሳሰሉት አካሎቻችን መጉረፍ ይጀምራል፤ ሸሽቶ ለማምለጥ ያዘጋጀናል፡፡ ደማችን ከፊታችን አካባቢ ሁሉ ቀንሶ ወደ እግር ስለሚሰራጭ ፊት ወደ “መቀዝቀዝ” ይለወጣል፡፡ ለጥቂት ጊዜ ሰውነት ይደነዝዛል፡፡ በዚህ ጊዜ ነው አእምሮአችን መደበቅ፣ ማምለጥ ወይም መጋፈጥ የሚሉትን ምርጫዎች በሰከንድ ውስጥ የሚወስነው፡፡

የስሜት ብልህነት ያለው እዚህ ላይ ነው፡፡ ስሜትህ ሲመጣ አታፍነው፣ ተግባራዊም አታድርገው፡፡ ከዚህ ሁሉ ድርጊት በፊት ለየው፣ መንስኤውን እወቅ፣ መፍትሄ ፈልግለት፡፡ የዚህ መጽሐፍ ዋነኛ ዓላማ የስሜትን ብልህነት በሚገባ መተንትንና ተግባራዊ በማድረግ ለስኬታማነት መጠቀም ነው፡፡ ለንጽጽር እንዲረዳን የአእምሮ ብልህነትን ትርጓሜም በመጠኑ እንመለከታለን፡፡

ማሳሰቢያ፡- በአማርኛ ቋንቋችን “አንቱ” እና “እርስዎ” ከማለት ውጪ ጾታን ጠቅልለው የሚገልጹ የቃላት ምርጫዎች ብዙም የሉንም፡፡ በእያንዳንዱ አረፍተነገር ላይ የሁለቱንም ጾታ ገላጭ ቃላት ደርበ መጠቀም ለጽሑፍም ሆነ ለማንበብ አድካሚ ሊሆን ስለሚችል የወንድን ወይም የሴትን ጾታ ጠቅሶ የተጻፈው ሃሳብ ለሌላኛውም ጾታ እንደተጻፈ ተቆጥሮ እንዲነበብ አሳስባለሁ፡፡

መልካም ንባብ!

ክፍል አንድ

የስሜት ብልህነት እና የአእምሮ ብልህነት

በዚህ ክፍላችን ውስጥ የስሜት ብልህነት (Emotional Intelligence) እና የአእምሮ ብልህነት (Intelligent Quotient) የተሰኙትን ሁለት የእውቀት ማእከሎች በሚገባ በመተርጎም እንመለከታለን፡፡

በዚህ ክፍላችን የምንመለከታቸው የስሜት ብልህነትና የአእምሮ ብልህነት መሰረታዊ እውነታዎች የሚከተሉት ናቸው፡-

- የስሜት ብልህነት ምንነት
- የአእምሮ ብልህነት ምንነት
- የስሜት ብልህነትና የአእምሮ ብልህነት ልዩነት
- የስሜት ብልህነትና የአእምሮ ብልህነት ግንኙነት
- የስሜት ብልህነት ልቀት

1.

የስሜት ብልህነት ምንነት

"የሰዎች ብልህነት የሚለካው ባላቸው ግራና ቀኙን የማገናዝብና ስሜትን የመግዛት ብቃት ነው" - Marya Mannes

---

የስሜት ብልህነት (Emotional Intelligence) ምንድን ነው?

የስሜት ብልህነት (Emotional Intelligence) የግላችንንም ሆነ የሌሎችን ሰዎች ስሜትን ለይቶ ማወቅ፣ መገምገምና መቆጣጠር ማለት ነው፡፡ አንዳንድ ጥናቶች እንደሚነግሩን የስሜት ብልህነት ልንማረውና ልናሻሽለው የምንችለው ጉዳይ ነው፡፡ አንዳንድ የስነ-ልቦና አዋቂዎች ግን ሰው ከዚህ ብቃት ጋር ይወለዳል እንጂ የምናሻሽለው ነገር አይደለም ብለው ያምናሉ፡፡ ሆኖም የተለያዩ አዋቂዎች የሚሰጡት የጥናት ድምዳሜ የሚያደላው የስሜት ብልህነትን ማሳደግ እንደሚቻል ነው፡፡

በፈረንጆቹ ከ1990 ዓ.ም ጀምሮ ፒተር ሳሎቪ (Peter Salovey) እና ጃን ሜየር (John Mayer) ያደረጉትን ጥናት ሲጨመቅ የሚከተለውን ትርጓሜ ይሰጡናል - "የስሜት ብልህነት የግላችንንና የሌሎች ሰዎች ስሜት የመለየትና የመቆጣጠር፣ እንዲሁም ለግልና

ለሌሎች ሰዎች ስሜት ሊሰጥ የሚገባውን ትክክለኛ ምላሽ ለይቶ የማወቅ ግላዊና ማሕበረሰባዊ ብልህነት ነው"፡፡

በስሜት ብልህነት (Emotional Intelligence) ሙብሰል ከግላችንና ከሌሎች ሰዎች ስሜት መረጃን በመሰብሰብ ስለማንነታችንና ስለሌሎች ማንነት ማወቅን ያጠቃልላል፡፡ ይህንን መረጃ ወይም እውቀት ማግኘት ለግላችንም ሆነ ለሌሎች ሰዎች ስሜት ምን ማለት ወይም አለማለት እንዳለብን፣ እዲሁም፣ ምን ማድረግ ወይም አለማድረግ እንዳለብን እንድናውቅ ይረዳናል፡፡

የስሜት ብልህነት "ለስላሳና" ስሜት የለሽ መሆን ማለት አይደለም፡፡ ከተለመደው በአእምሮ ከሚታወቀው የትምህርት እውቀት ለየት ያለ "የእውቀት" አይነት ነው፡፡ ለምሳሌ፣ አንድን ነገር ስነካው ካቃጠለኝ፣ የማቃጠሉ ስሜት ለማንነቴ፣ "ይህ ነገር ያቃጥላል" የሚልን "የስሜት እውቀት" ሰጥቶታል፡፡ ለዚህ እውቀት የምሰጠው ምላሽ ከስሜት ብልህነት ጋር ይገናኛል፡፡ ምርጫዬ ብዙ ነው - መጮህ፣ ማልቀስ፣ ነገሩ እንዲያቃጥል ካደረጉት ሰዎች ጋር መጣላት፣ ሁለተኛ ነገሩን አልነካም ማለት ... ወዘተ፡፡ ውስጤን አንድ ስሜት ሲያጠቃው ወይም ሰዎች ስሜታዊ ሲሆኑ የሚኖረኝ ምላሽ በዚሁ መልኩ ከስሜት ብልህነት ጋር የተያያዘ ነው፡፡ የስሜት ብልህነት በጊዜው ለተከሰተው የግልም ሆነ የሌላ ሰው ሁኔታ ትክክለኛውን ምላሽ ለመስጠት ምርጫን ማወቅና ራስንም ሆነ ሌሎችን በጤናማ መልኩ የመቆጣጠርን ጥበብ ይሰጠናል፡፡

የስሜት ብልህነት የስሜትህንና የአእምሮህን እውቀቶች በብቃት የመጠቀምህን ሁኔታ የሚመዝን ጉዳይ ነው፡፡ የስሜት ብልህነት ከሚያካትታቸው እውነታዎች መካከል የግልን ስሜት መለየትና አያያዝን ማወቅ፣ የሰዎችን ሁኔታ እንደነሱ ሆኖ መገንዘብ፣ ጥልቅ እይታና ግንዛቤ፣ የፈጠራ ብቃት፣ የስሜት ጽንአት፣ ነገሮችን ችሎ የመወጣት ብቃት፣ የስሜት ውጣ ውረድ አያያዝ፣ የአመራር ብቃት፣ እውነተኛነትና ... የመሳሰሉት ናቸው፡፡

የስሜት ብልህነት ጽንሰ-ሃሳብ ታሪካዊ አመጣጥ

የስሜት ብልህነት በአንጻራዊነት ሲታይ የቅርብ ክስተትና ጥናት ነው፡፡ በ1995 ዓ.ም በዳንኤል ጎልማን (Daniel Goleman) በተጻፈው "ኢሞሽናል ኢንተለጀንስ" (Emotional Intelligence) በተሰኘው መጽሐፍ ነው ወደ መታወቅ የመጣው፡፡ ከዚያ በፊት በ1970ዎቹ እና 80ዎቹ ዓ.ም የታዋቂዎቹ የሃርቫርድና የዬል ዩኒቨርሲቲ ምሁራን ሃዋርድ ጋርድነር (Howard Gardner)፤ ፒተር ሳሎቪ (Peter Salovey)፣ እና ጃን ሜየር (John 'Jack' Mayer) የስሜት ብልህነት (Emotional Intelligence) የተሰኘውን ጽንሰ-ሃሳብ ለሕዝብ አስተዋውቀው ነበር፡፡ በዚህም ስራቸው የስሜት ብልህነት የሰዎችን ባህሪይ ግልጽ አድርጎ ከማሳየቱም ባሻገር በድርጅታዊ አሰራር ውስጥ ላለ የማኔጅመንት ስኬት ወሳኝ እንደሆነ አመላክተው አልፈዋል፡፡

የስሜት ብልህነት መመዘኛ

የስሜት ብልህነታችን መጠን ምን ያህል እንደሆነ ለማወቅ ልንወስዳቸው የምንችላቸው የተለያዩ የመመዘኛ ፈተናዎች አሉ፡፡ እነዚህ መመዘኛዎች የሚያተኩሩት የራስን ስሜት በማወቅ፣ የራስን ስሜት በ"ማስተዳደር"፣ የሰዎችን ስሜት በማወቅና የሰዎችን ስሜት በ"ማስተዳደር" ብልህነት ዙሪያ ነው፡፡ (በዚህ መጽሐፍ መጨረሻ ላይ የስሜት ብልህነትን ለመለካት የሚረዳ መጠይቅ ይገኛል)፡፡ በዚህ መጽሐፋችን ውስጥ በሰፊው እንደምናጠናው የእነዚህ የስሜታዊ ብልህነት ዘርፎች መዳበር በአንድ ሰው የሕይወት ስኬታማነት ላይ ታላቅ የሆነ ተጽእኖ አለው፡፡ ወደዚያ ጥናት ዘልቀን ከመግባታችን በፊት ግን ከስሜት ብልህነት ጋር ተዛማጅነት ያለውን የአእምሮ ብልህነት ትርጉም በሚገባ እንመለከታለን፡፡

የአእምሮ ብልህነት:- “ተፈጥሮ” ወይስ “አስተዳደግ”?

==========================

የብልህነትን በተለይም የአእምሮ ብልህነትን ምንነት አስመልክቶ የስነ-ልቦና አዋቂዎች ብዙ የሚወያዩበትና የሚለያዩበት ነጥቦች ከመኖራቸው በተጨማሪ የአንድን ሰው ብልህነት የሚወስኑ ጉዳዮች ምን እንደሆኑ ለማወቅም ብዙ ጊዜና ጉልበት ያፈስሳሉ:: ክርክሩ የሚያነጣጥረው “ተፈጥሮ” (Nature) ወይስ “አስተዳደግ” (Nurture) ? በሚሉት የተለመዱ የስነ-ልቦና ጽንሰ-ሃሳቦች ዙሪያ ነው::

በአሁኑ ጊዜ አብዛኛዎቹ የስነ-ልቦና አዋቂዎች የዘር እና እንዲሁም ሰውዬው ያደገበት የአካባቢ ሁኔታ ሁለቱም በብልህነት ላይ ቦታ አላቸው ብለው ያምናሉ:: አሁን ለማወቅ በማጥናት ላይ ያሉት እያንዳንዱ ያለውን የድረሻ መጠን ለመለየት ነው::

የዘርና የአካባቢ ሁኔታ ተጽእኖ ማስረጃ

- የመንትዮች ጥናት እንደሚጠቁመን የአንድ አይነት መንትዮች (Identical Twins) የአእምሮ ብልህነት አንድ አይነትነት ከሌላቸው መንትዮች (Fraternal Twins) ይልቅ የመመሳሰልና የመቀራረብ ሁኔታ አለው::
- በአንድ ቤት ያደጉ ወንድማማቾች ወይም እህትማማቾች በማደጎ በዚያው ቤት ለማደግ ከመጡ ሌሎች ልጆች ይልቅ የመመሳሰልና የመቀራረብ ሁኔታ አለው::
- በተለያየ አካባቢ ያደጉ ተመሳሳይ መንትዮች (Identical Twins) በአንድ ላይ ካደጉ ተመሳሳይ መንትዮች ያነሰ የአእምሮ ብልህነት ተቀራራቢነት አላቸው::
- ልጆች የሚማሩበት ትምህርት ቤት በአእምሮ ብልህነት ላይ ተጽእኖ ያመጣል::

- ከተወለዱ ከመጀሪያዎቹ ከሶስት እስከ አምስት ወራት ድረስ የእናት ጡት የጠቡ ሕጻናት በስድስት አመታቸው ሲፈተኑ ከእናት ጡት ውጪ ካደጉ ሕጻናት የበለጠ ውጤት አስመዝግበዋል፡፡

ምንጭ፡- http://psychology.about.com/od/intelligence/f/int-influences.htm

==

ምን ይመስልሃል?

1. በአንተ አመለካከት የአእምሮ ብልህነት ከተፈጥሮ የሚመጣ ነው ብለህ ታስባለህ ወይስ እንደምናድግበት አካባቢ ሁኔታ የሚወሰን ነው ብለህ ታስባለህ?
2. አንድ ሰው በተፈጥሮ ያገኘውን የብልህነት መጠን የበለጠ ለማሳደግ ወሳኝ ናቸው ብለሽ ከምታስባቸው የአካባቢ ሁኔታዎች ጥቂቶቹን ከዚህ በታች አስፍር

- ____________________
- ____________________
- ____________________
- ____________________
- ____________________
- ____________________
- ____________________
- ____________________
- ____________________
- ____________________

2.

የአእምሮ ብልህነት ምንነት

"እውቀት እስከወዲያኛው ድረስ አለማወቅን እንደገዛው ይኖራል"
– James Madison

የአእምሮ ብልህነት (IQ) ምንድን ነው?

የአእምሮ ብልህነት (Intelligent Quotient) ማለት የአእምሮ እውቀት መጠንንና አንድን እውቀት የመገንዘብን ብቃት የሚያሳይ መለኪያ ነው፡፡ ይህ ብቃት አዳዲስ ንድፈ-ሃሳቦችን የመገንዘብን፣ የማመዛዘንንና የተገኘውንም እውቀት ተግባራዊ የማድረግን ብቃት ያሳያል፡፡ በተጨማሪም፣ በአንድ እውቀት ዙሪያ የመመራመርንና ያንንም የእውቀት መስክ የመተንተንን ብቃትም ይጠቁማል፡፡

በአእምሮ ብልህነት የላቀ ሰው በትምህርት ቤት ጥሩ ውጤትን በማምጣት የታወቀ ሰው ነው፡፡ አንድን የትምህርት ክፍል በሚገባ የመገንዘብ ብቃትም አለው፡፡ በትምህርት ቤት አካባቢ ከፍተኛ የውጤት ነጥብ የሚያስመዘግቡ ተማሪዎች ከፍተኛ የአእምሮ ብልሃት (IQ) አላቸው ይባላል፡፡ ይህ አይነቱ የእውቀት አይነት "አእምሮአዊ ብልህነት" በመሆኑ

ከስሜት ብልህነት ጋር በመጠኑ የመገናኘት ባህሪይ ቢኖረውም እንኳ ሙሉ ለሙሉ የተለየ የእውቀት አይነት ነው።

አንዳንድ ጥናቶች፣ የአእምሮ ብልህነት ብቃት አብረን የምንወለደውና ምንም ብናደርግ ልንጨምረው የማንችለው ጉዳይ ነው ይሉናል። በሌላ አባባል፣ አንድ ሰው 20 አመትም ሆነው 50 አመት የአእምሮ ብልህነቱ ወይም የማወቅ ብቃቱ ያው ነው ማለት ነው። ይህንን አመለካከት ትክክል እንዳልሆነ የሚያመላክቱም አዋቂዎች አሉ።

የአእምሮ ብልህነት ጽንሰ-ሃሳብ ታሪካዊ አመጣጥ

ላለፉት አንድ መቶ አመታት በላይ የአንድ ሰው እምቅ ኃይል ወይም የማወቅ ብቃት ሲለካበት የነበረ ብቸኛ መመዘኛ የአእምሮ ብልህነት ነበር። በ1905 አልፍሬድ ቢነት (Alfred Binet) የተሰኘ የፈረንሳይ የስነ-ልቦና ሊቅ ከአጋሩ ቲዶር ሳይመን (Theodore Simon) ጋር በመተባበር የመጀመሪያውን የእውቀት (IQ) መለኪያ አስተዋወቁ። ይህ ጽንሰ-ሃሳብ ወደ አሜሪካ ከተወሰደ በኋላ ሰፋ ያለ ጥናትና ተግባራዊነት ውስጥ እንደገባ ይታመናል። በዚህም አመለካከትና የእውቀት መመዘኛ ጽንሰ ሃሳብ መሰረት እውቀትን በማስተናገድ የቀለጠፈ አእምሮ ያላቸው ሰዎች በሕብረተሰቡ መካከል የላቀን ስፍራ የመያዝ እድላቸው የሰፋ ነው። ሆኖም፣ በተሰማሩበት የእውቀት መስክ እጅግ በሰለውና ልቀው የተገኙ አንዳንድ ሰዎች ለሕብረተሰቡ የሚረባን ነገር ሳያበረክቱ ሲታዩ የአእምሮ ብልህነት ብቸኛ የእውቀትና የስኬት መመዘኛ ነው የሚለውን ሃሳብ አጠያያቂ ያደርገዋል።

የአእምሮ ብልህነት (IQ) መመዘኛ

በአለም ላይ የተለያዩ የአንድን ሰው የአእምሮ ብልህነት የሚመዝኑ ፈተናዎች ይገኛሉ፡፡ እነዚህ መመዘኛዎች እንደየተፈታኙ እድሜ የተዘጋጁ ናቸው፡፡ የአንድን ሰው የአእምሮ ብልህነት ለመመዘን የሚሰጡ እነዚህ ፈተናዎች ከሚመዝኗቸው ሁኔታዎች ጥቂቶቹ፡-

- የቋንቋ (ንግግር) ብልህነት (Verbal intelligence)፡- አንድን ቋንቋ የመገንዘብ የመማርና የመጠቀም ብቃት፣ እንዲሁም ደግሞ የአንድን ጽሑፍ ወይም ንግግር ጽንሰ-ሃሳብ በቀለጠፈ ሁኔታ የመገንዘብ ብቃትን ያሳያል፡፡
- የቁጥር ብልህነት (Numerical intelligence)፡- አንድ ሰው ያለው ሂሳብን የመገንዘብ ብቃት ከአእምሮ ብልህነት ጋር እንደሚዛመድ ይታመናል፡፡ ይህ ብቃት የተወሳሰበ ከቁጥር ጋር የሚዛመድ ጽንሰ-ሃሳብን የመገንዘብ ብቃት ነው፡፡
- ስፋትንና ልኬትን የመገንዘብ ብልህነት (Spatial intelligence)፡- ይህ ብልህነት በአንድ ነገር ስፋትና ርዝመት ዙሪያ የሚኖሩ ጽንሰ-ሃሳቦችን የመገንዘብን ብልህነትና ችግሮችን የመፍታትን ብቃት ያመላክታል፡፡
- ሃሳቦችን የማዛመድና የማመዛዘን ብልህነት (Logical intelligence)፡- ይህ ብልህነት የአንድን ጽንሰ-ሃሳብ መሰረታዊ ትርጉም የመገንዘብ፣ ሃሳቦችን የማዛመድና የማቀናጀት ብቃትን የሚያሳይ ብልህነት ነው፡፡

የአእምሮን ብልህነት ፈተና ለመውሰድና ጥሩ ውጤት ለማግኘት አንድ ሰው ማጥናት የለበትም፡፡ ይህ መመዘኛ የሚለካው በማንነታችን ያለውን አንድን መረጃ የመገንዘብ፣ የማንሸራሸርና የማቀናጀት ፍጥነትና ብቃት ነው፡፡ በሌላ አባባል የአእምሮ ብልህነት መመዘኛ ፈተና በትምህርት ያገኘነውን እውቀትም ሆነ በስሜት ህዋሳታችን ውስጥ ያሉትን ብቃቶች አይመዝንም፡፡

ከፍተኛ የአእምሮ ብልህነት (IQ) መጠን

የአእምሮ ብልህነት (IQ) መመዘኛ ውጤት ከ0 – 200 ባለው መጠን ውስጥ ነው የሚለካው፡፡ በዚህ መመዘኛ ፈተና 200 ያመጣ ሰው በአለም ላይ የላቀ የአእምሮ ብልህነት እንዳለው ይታመናል፡፡ የተለያዩ አዋቂዎች የተለያዩ መመዘኛ ነጥቦችን ቢያሰፍሩም የተለመደውና በአብዛኛው ተቀባይነት ያለው የውጤት መፍቻ የሚከተለው ነው ብንል አንሳሳትም (http://www.iqtestexperts.com/iq-scores.php)፡፡

- ከ140 በላይ - እጅግ በጣም የላቀ ብልህነት
- ከ120 - 140 - በጣም የላቀ ብልህነት
- ከ110 - 119 - የላቀ ብልህነት
- ከ90 - 109 - መካከለኛ ብልህነት
- ከ80 - 89 - አናሳ ብልህነት
- ከ70 - 79 - ጎዶሎ ብልህነት
- ከ70 በታች - እጅግ የወረደ ብልህነት

የአለም ሕዝብ ሁሉ የአእምሮ ብልህነት መመዘኛ ፈተናን ወስዷል ባይባልም፣ እስካሁን ድረስ ከፍተኛ የአእምሮ ብልህነት (IQ) ያስመዘገቡ ሰዎች ጥቂቶች አይደሉም፡፡ ከእነዚህ ሰዎች መካከል ለምሳሌነት ከመጠን ባለፈ ውጤታቸው በGuinness Book of World Record የተነገረላቸውን ሁለቱን መጥቀስ ይቻላል፡፡ ታዋቂዋ አሜሪካዊት ጸሐፊና አስተማሪ Marilyn vos Savant የአእምሮ ብልህነት (IQ) ውጤቷ 228 ነው፡፡ እንዲሁም ታዋቂው ሲቪል ኢንጂነርና ኮሪያዊ Kim Ung-Yong ውጤቱ 210 መሆኑ ተመዝግቧል (http://mostextreme.org/highest iq.php)፡፡

የአእምሮ ብልህነት (IQ) በሃገር ደረጃ

የአእምሮ ብልህነትንና የአንድ ሃገርን የገቢ ምንጭ ለማዛመድ ሙከራ ያደረገው ጸሐፊ Richard Lynn የአእምሮ ብልህነት እና የሃገራት ብልጽግናና ድህነት (Intelligence and the Wealth and Poverty of Nations) በተሰኘው ጽሑፉ አይን ከፋች መረጃዎችን አቅርቧል፡፡ በጥናቱ እንደገለጠው በአለም ቀዳሚ ኢኮኖሚ ደረጃ ያላት ሰሜን አሜሪካ የሕዝቧ አማካኝ የአእምሮ ብልህነት (IQ) መጠን ወደ 100 አካባቢ እንደሆነ ይጠቁማል፡፡ ይህ አዋቂ የኢትዮጲያን ሕዝብ አማካኝ የአእምሮ ብልህነት (IQ) መጠን 63 እንደሆነ ይጠቁማል፡፡ ከላይ በገለጽነው የአእምሮ ብልህነት (IQ) መለኪያ መሰረት ከ70 በታች የሆነ የአእምሮ ብልህነት (IQ) ደረጃ እጅግ የወረደ የብልህነት ደረጃ እንደሆነ እናስተውላለን፡፡ ይህ ጥናት የሃገራችን የአእምሮ ብልህነት (IQ) ደረጃ እጅግ የወረደ እንደሆነ ይጠቁመናል፡፡ (የተለያዩ ሃገራትን የአእምሮ ብልህነት (IQ) አስመልክቶ ከፍተኛና ዝቅተኛ ደረጃ ያላቸውን ሃገሮች በከፊል ለማወቅ በመጽሐፉ መጨረሻ የሰፈረውን መረጃ ይመልከቱ)፡፡

ይህ የአእምሮ ብልህነት የምንለው የእውቀት ማእከል የስሜት ብልህነት ከተሰኘው ሌላ የእውቀት ማእከል ጋር ያለው ግንኙነት ምንድን ነው? ይህንን ጥያቄ ከመመለሳችን በፊት በመጀመሪያ እነዚህ ሁለት የእውቀት ማእከሎች ያላቸውን ልዩነት እናጢን፡፡

የስሜት ብልህነት እና ጾታ

በስሜት ብልህነት ሴቶች ከወንዶች የተሻሉ ናቸውን? መልሱ አዎ፣ ናቸው ወይም ናቸውም አይደሉምም የሚል ነው፡፡ ጉዳዩ ግን ያን ያህል ቀላል አይደለም፡፡ አንዳንድ ጥናቶች እንደሚጠቁሙን ከሆነ፣ ለምሳሌ ሴቶች የሰዎች ስሜት በመገንዘብ አንጻር ከወንዶች የተሻሉ ናቸው ይባላል፡፡ ወንዶች ደግሞ አጣብቂኝ ስሜቶችን አያያዝ በማወቅ ከሴቶች ይሻላሉ ተብሎ ይታመናል፡፡

ለምሳሌ ይህንን የሰዎችን ስሜት የመገንዘብን ሁኔታ እንመልከት፡፡ በሶስት ይከፈላል፡-

1. የአእምሮ ግንዛቤ (Cognitive Empathy)፡፡ ያኛው ሰው አንድን ነገር በምን መልኩ እያየው እንደሆነ የመገንዘብ ብቃት፡፡
2. ስሜታዊ ግንዛቤ (Emotional Empathy)፡፡ ሰውየው የሚሰማውን ስሜት በግል ስሜት የመጋራት ብቃት፡፡
3. ከግንዛቤ የመነጨ ግድ የማለት ስሜት (Empathic Concern)፡፡ በሁኔታው የሚያልፈውን ሰው ለመርዳት ያለ ዝግጁነት፡፡

በጥቅሉ ሲታሰብ ሴቶች ከወንዶች የላቀ ስሜታዊ ግንዛቤ (Emotional Empathy) አላቸው ተብሎ ይታመናል፡፡ ይህ አይነቱ ስሜታዊ ግንዛቤ ያላቸው ሰዎች ግሩም የሆኑ አማካሪዎች፣ አስተማሪዎችና የቡድን መሪዎች ይሆናሉ፡፡

የነርቭ ሳይንቲስቶች እንደሚጠቁሙን የሰዎችን ስሜት ከመገንዘብ ጋር የሚያያዝ አንድ ቁልፍ ነገር ኢንሱላ (insula) የተሰኘው የአንጎላችን ክፍል ነው፡፡ ይህ ክፍል ከመላ አካላችን የሚሰራጨውን መልእክት ይሰበስባል፡፡ ስለዚህም፣ የአንድን ሰው ስሜት ስንገነዘብለት አንጎላችን የዚያን ሰው ስሜት ይቀዳዋል፡፡

ይህ ኢንሱላ የተሰኘው ክፍል ደግሞ ይተረጉመውና ስሜቱ ምን እንደሆነ ይነግረናል።

እንግዲህ እዚህ ላይ ነው ሴቶች ከወንዶች የሚለዩት። አንድ ሰው ሲበሳጭና የሰውየው ስሜት ሌላውን ሰው የሚረብሽ ሲሆን የሴቶች አንጎል ያንን ስሜት አስተውሎ ከዚያ ስሜት ጋር የመቆየት ዝንባሌ አለው። የወንዶቹ አንጎል ግን ስሜቱን ለአጭር ጊዜ ይገነዘብና ለችግሩ መፍትሄ ለመፈለግ ወደሚያበቃው ወደሌላኛው የአንጎል ክፍል ይቀይራል።

ስለዚህም ሴቶች ብዙውን ጊዜ ወንዶች ስሜት-የለሽ ፍጥረቶች ናቸው ብለው ያጉረመርማሉ። ወንዶች ደግሞ ሴቶች በጣም ስሜታዊ ናቸው ይላሉ። እንደ እውነቱ ከሆነ ግን አንዱ ከሌላኛው ተሽሎ አይደለም፤ የሁለቱም ዝንባሌ የራሱ የሆነ ጥቅም አለውና። ሰውን ሁሉ ሊረብሽ የሚችልና መረጋጋትን የሚጠይቅ ሁኔታ ሲያጋጥም የወንዱ አቀራረብ አስፈላጊ ነው። የሴቷ ዝንባሌ ጠቀሜታ ደግሞ ትኩረትና እንክብካቤ የሚያስፈልገው ሁኔታ ሲከሰት ነው።

ምንጭ:-http://www.psychologytoday.com/blog/the-brain-and-emotional-intelligence/201104/are-women-more-emotionally-intelligent-men

==

ራሳችንን እንፈትሽ

ለሶስቱ የግንዛቤ አይነቶች ከተሰጣቸው ትርጉም በመነሳት በየትኛው የግንዛቤ አይነት ጠንካራ ጎን አለኝ ብለህ ታስባለህ? በእያንዳንዳቸው የግንዛቤ አይነቶች አጠገብ ባለው ባዶ ቦታ ላይ በዚያ የግንዛቤ አይነት ለራስሽ ከ10 ውጤት ስጪው ብትባይ ስንት ትሰጭዋለሽ? (1 ዝቅተኛው ውጤት ሲሆን 10 ደግሞ ከፍተኛው ውጤት ነው)።

- የአእምሮ ግንዛቤ (Cognitive Empathy)__________.
- ስሜታዊ ግንዛቤ (Emotional Empathy)__________.
- ከግንዛቤ የመነጨ ግድ የማለት ስሜት (Empathic Concern) ______.

3.

የስሜት ብልህነትና የአእምሮ ብልህነት ልዩነት

"የአእምሮ ብልህነት ምን አይነት የትምህርትና የስራ ዘርፍ ውስጥ እንደምትገባ አመልካች ነው። የስሜት ብልህነት ግን በዚያ ዘርፍ ውስጥ በምን አይነት ሁኔታ እንደምትዘልቅ ጠቋሚ ነው" - Daniel Goleman

---

የስሜት ብልህነት መሰረታዊ ጽንሰ-ሃሳብ የሚያሳየን የአእምሮ ብልህነት (IQ) የአንድን ሰው ብቃትና ስኬታማነት የመለኪያው ብቸኛ መንገድ ሊሆን አይችልም የሚለውን እውነታ ነው። በሌላ አባባል፣ ስኬትና ውጤታማነት ከአእምሮ ብልህነት ያለፈ እውነታ ነው። በየስፍራው እንደሚስተዋለው አንዳንድ ሰዎች በአእምሮ እውቀት እጅግ በሰለው በስሜት ብልህነት ግን የወረደ ብቃት ስላላቸው በስኬታማነታቸው ላይ ተጽእኖ ሲያመጣባቸውና ውስን ሲሆኑ ይታያሉ።

ንጽጽሮች

የኑሮ ጥበብ ወይስ የትምህርት ጥበብ

በስሜት ብልህነት የበሰለ ሰው በኑሮ ጥበብ ያደገ ሰው ነው፡፡ ሰውየው ያለው የአእምሮ እውቀት አናሳም ሆነ ብዙ፣ ያንን ያለውን እውቀት በስሜቱ ብልህነት በሚገባ እንዲጠቀምበትና ተግባራዊነቱ ውጤት-ተኮር እንዲሆን ይረዳዋል፡፡ ስለዚህም፣ የስሜት ብልህነት፣ የራስህን ስሜት ማወቅንና መቆጣጠርን፣ እንዲሁም ደግሞ ከሌሎች ሰዎች ስሜት ጋር ግንኙነት በመፍጠር መልካም ተጽእኖ እንድታደርግባቸው ይረዳሃል፡፡

የአእምሮ ብልህነት ብቻ ሲኖርሽ በአእምሮህ ውስጥ ያካበትሽውን እውቀት ብቻ በመደርደር ውጤትን ለማምጣትም ሆነ ሰዎችን ለማሳመን ትሞክሪያለሽ፡፡ ይህ የአእምሮ ብልህነት በአንድ ወይም በተወሰኑ የትምህርት ዘርፎች የመላቅ ጥበብ ይሰጥሻል፡፡ የስሜት ብልህነት ካልታከለበት ግን ከሰዎች ጋር በስሜት አለም ውስጥ ገብተሽ ግንኙነትን የመፍጠር ብቃቱም ሆነ አቅሙ አይኖርሽም፡፡

የ"እንዴት እና ለምን" እውቀት ወይስ የ"ምን" እውቀት

ከሁሉ በፊት የስሜት ብልህነት ሰዎችንና ሁኔታዎችን "እንዴት" መቅረብ እንዳለብህ ያስችልሃል፡፡ ሰዎችን አያያዝና አቀራረብ ሁኔታዊ ስለሆነና አንድ የተወሰነና ቋሚ ስሌት (Forumla) ስለሌለው፣ አንድ እውቀት ስላለህ ብቻ የምትወጣው ጉዳይ አይደለም፡፡ ከዚያም በተጨማሪ፣ ሰዎቹን "ለምን" በዚያ መልኩ መቅረብ እንዳለብህ የምትማረው ከስሜት ብልህነት የተነሳ ነው፡፡ አንድን መልእክት ለሁለት ለተለያዩ ሰዎች በአንድ መልኩ ልታስተላልፍላቸው አትችልምና፡፡

የአእምሮ ብልህነት "ምን" ማወቅ እንዳለብህና የሚታወቀውን እውቀት በሚገባ አጥንተህ እንድትገነዘበው የማድረግ ጥበብ ብቻ ይሰጥሃል፡፡ በአንድ የትምህርት ዘርፍ ግንዛቤ

ፈጣን ያደርግሃል፡፡ እውቀቱን እንዴት ልትተገብረው እንደምትችል፣ ለምንስ በዚህ መልኩ ልትተገብረው እንደሚገባህና እንዲሁም በጎዳናህ ላይ እንቅፋት ሲያጋጥምህ እንዴት አልፈህ ከአላማህ ጋር መጣበቅ እንደምትችል ብቃቱን የሚሰጥህ የስሜት ብልህነት ነው፡፡

ስሜትን ለመልካም ውጤት መጠቀም ወይስ በስሜት ተጽእኖ ስር መኖር

የስሜት ብልህነት የአንተንም ሆነ የሌሎችን ስሜት በቅጡ በመያዝና በመቆጣጠር ማህበራዊ ግንኙነትህን ወደፈለግህበት ውጤታማና ለጋራ ጥቅም የሚውል ሁኔታ የመምራት ጥበብ ነው፡፡ ትእግስት፣ መቻቻል፣ ይቅርታና ራስን መግዛት የተሰኙትን የስሜት ብልህነት ዘርፎች በየትኛውም የትምህርት ተቋም ልትማራቸው አትችልም፡፡ በግል ስሜት ብልህነት ለማደግ በምታደርጋቸው ያለማቋረጥ ጥረቶች ነው የምታገኛቸው፡፡

የአእምሮ ብልህነት ብቻ ሲኖርህ፣ ምንም እንኳ በብዙ እውቀት ብትካንም በስሜትህ ቁጥጥር ስር የመሆንንና በሌሎች ስሜት የመነዳትን ክፍተት ይጥልብሃል፡፡ ለምሳሌ፣ በአንድ የትምህርት ዘርፍ እጅግ የላቀ እውቀት ቢኖርህና ለሌሎች አስተማሪ ብትሆን የተለያየ የግንዛቤ ደረጃና የባህሪይ ልዩነት ያላቸውን ተማሪዎች የምትይዛቸው በአእምሮ እውቀትህና ብልህነትህ ሳይሆን በስሜት ብቃትህና ብልህነትህ ነው፡፡

የመጽሐፍ ብልህነት ወይስ የማህበራዊ ብልህነት?

በስሜት ብልህነትና በአእምሮ ብልህነት መካከል ያለውን መሰረታዊ ልዩነት ስትገነዘብ የራስህን ስሜትና የሌሎችን ስሜት በሚገባ በመለየት እንዴት መቆጣጠርና ለመልካም መጠቀም እንደምትችል ይበራልሃል፡፡ ከዚያም በተጨማሪ የስሜት ብልህነት ልትማረውና ልታዳብረው እንደምትችል ማሰብና ያንንም መለማመድ ትጀምራለህ፡፡

ከላይ እንደተመለከትነው የስሜት ብልህነትና የአእምሮ ብልህነት መሰረታዊ የሆኑ ልዩነቶች አሏቸው፡፡ ሆኖም፣ እነዚህ የእውቀት ማእከሎች የሚገናኙበትም ሁኔታዎች አሉ፡፡ የሚከተለው ምእራፍ ይህንን እውነት ያመላክተናል፡፡

4.

የስሜት ብልህነትና የአእምሮ ብልህነት ግንኙነት

"የስሜታችን የአንጎል ክፍል ከሚያስበው የአንጎላችን ክፍል ይልቅ ፈጣን ምላሽ የሚሰጠው ክፍላችን ነው" - Daniel Goleman

---

የስሜትን ብልህነት አስፈላጊነት አጉልተን ስንነጋገር የአእምሮ ብልህነት አስፈላጊ አይደለም እያልን እንዳልሆነ ግልጽ ሊሆን ይገባል። ሁለቱም የእውቀት ማእከሎቻችን በሚገባ ሊዳብሩ ይገባቸዋል እያልን ነው። በተጨማሪም፣ የስሜት ብልህነት ከአእምሮ ብልህነት ይልቅ እስካሁን ከሰጠነው ስፍራ የላቀን ትኩረት ልንሰጠው ይገባናል እያልን ነው። በሌላ አባባል፣ ከሁለቱ የእውቀት ብቃቶች በአንዱ ብቻ ልቆ በመገኘት በሌላኛው ግን የወረደ ብቃት ያለው ሰው በተሰማራበት መስክ ሊኖረው የሚችለው ውጤት ዝቅተኛ ነው። ከዚህ በታች እንደተገለጸው በአንዱ ብልህነት የመብሰል ሁኔታ ከሌላኛው የብልህነት ማእከል ጋር ያለውን መነካካት እናጤናለን።

ዝቅተኛ ደረጃ

"እናሳ ዝቅተኛ የስሜት ብልህነት እና አናሳ የአእምሮ ብልህነት"

በዚህ "ዝቅተኛ" ደረጃ ላይ የሚመደብ ሰው የስሜት ብልህነትን ያላዳበረና በአእምሮም ብልህነት የወረደ ደረጃ ላይ የሚገኝ ሰው ነው:: እዚህ ደረጃ ላይ የቆመ ሰው በግሉም ሆነ በማህበራዊ ሕይወቱ ከስኬት የራቀና ለተርታው ነገር የሰከነ ሰው ነው:: በህብረተሰቡ መካከል ከሸክምነት አያልፍም::

መካከለኛ ደረጃ

"ዝቅተኛ የስሜት ብልህነት፤ ከፍተኛ የአእምሮ ብልህነት"

በዚህ "መካከለኛ" ብለን በሰየምነው ደረጃ ላይ የሚመደብ ሰው ምንም እንኳ በአእምሮ ብልህነት የተካነና ለእውቀት ክፍት የሆነ ጭንቅላት ቢኖረውም በስሜት ብልህነት ስላልበሰለ በእውቀቱ የገነባውን በስሜታዊነቱ ስለሚያፈርሰው አንድ እርምጃ ወደፊት፣ ሁለት እርምጃ ወደኋላ የሚሄድ ሰው ነው::

ከፍተኛ ደረጃ

"ከፍተኛ የስሜት ብልህነት፤ ዝቅተኛ የአእምሮ ብልህነት"

በዚህ "ከፍተኛ" ብለን በሰየምነው ደረጃ ላይ ያለ ሰው ምንም እንኳ በአእምሮ ብልህነት ልቆ የመገኘትን እድል ባያገኝ፣ ላቅ ያለ የስሜት ብልህነት ስላለው በማህበራዊውም ሆነ በግል ሕይወቱ ወደ ተዋጣለት ደረጃ የመድረስ እድሉ እጅግ የሰፋ ሰው ነው:: በሕብረተሰቡ መካከል ካልተጠበቀ ሁኔታ ተነስተው ወደላቀ ስኬት የሚያልፉ ሰዎች በዚህ ይመደባሉ::

እጅግ የላቀ ደረጃ

"ከፍተኛ የስሜት ብልህነት፤ ከፍተኛ የአእምሮ ብልህነት"

በዚህ "እጅግ የላቀ" ብለን በሰየምነው ደረጃ ላይ የሚገኝ ሰው ራሱን ባገኘበት ከፍተኛ የአእምሮ ብልህነት ሁኔታ ላይ በስሜት ብልህነትም ለማደግ ራሱን ስላቀረበ ሊደርስበት ለሚችለው ለስኬት ደረጃ ገደብ የለውም፡፡ የስኬታማነቱ ምስጢር ያለው በአእምሮ ብልህነቱ ከደረሰበት ደረጃ አልፎ እንዲሄድ የሚያበቃ የስሜት ብልህነት በማዳበሩ ላይ ነው፡፡

ከላይ ለመመልከት እንደሞከርነው፣ የስሜት ብልህነትና የአእምሮ ብልህነት ሊለያይ የማይችል ዝምድና አላቸው፡፡ በአንዱ ልቆ የመገኘት ሁኔታ ብቻውን የትም ሊያደርሰን እንደማይችልና ያለንበትን ደረጃ ጥጉ ድረስ ልናዳብረው እንደሚገባን እናስተውላለን፡፡ ሆኖም፣ ቀደም ብለን የጠቀስነውንና ጥናቶች የጠቆሙንን እውነታዎች ስናጤናቸው፣ አንድ ሰው የአእምሮ ብልህነቱን ደረጃ ለመጨመር ሊያደርገው የሚችለው ነገር የለም፡፡ ያለው ምርጫ ያለውን የአእምሮ ብልህነት በሚገባ መጠቀም ነው፡፡ በተቃራኒው ግን፣ በስሜት ብልህነት ካለመቋረጥ ማደግ የመቻላችንን እድል በመጠቀም የአእምሮ ብልህነት ደረጃችን ያስቀመጠብንን ገደብ ባዳበርነው የስሜት ብልህነት ልናካክሰውና ልናሟላው፣ እንዲሁም ራሳችንን ከውስንነት ልናወጣ እንችላለን፡፡

የስሜት ብልህነትንና የአእምሮ ብልህነትን ግንኙነትና ልዩነት ካጠናን፣ የሚቀጥለው ምእራፋችን ትኩረት የስሜትን ብልህነት ልቀት የሚያመላክት ይሆናል፡፡

5.

የስሜት ብልህነት ልቀት

"ታጋሽ ሰው ከጦረኛ ፤ ስሜቱን የሚገዛም ከተማን በጉልበቱ ከሚይዝ ይበልጣል" - King Solomon (Proverbs 16:32)

ሚሊየኔር ማይንድ (Millionaire Mind) በተሰኘው መጽሐፉ ቶማስ ስታንሊ (Thomas Stanley) እንደገለጸው በአሜሪካ ውስጥ ባሉ 733 ባለብዙ ሚሊየን ዶላር ባለሃብቶች መካከል በተደረገው ጥናት ለዚህ የብልጽግና ስኬታቸው ያደረሳቸውን ብቃት እንዲገልጹ ለተጠየቁት ጥያቄ የሰጡት መልስ ሲጨመቅ የሚከተሉትን አምስት ነገሮች ጠቋሚ ነው፡፡

- ከሰዎች ጋር እውነተኛ መሆን
- ዲሲፐሊን ያለው ሕይወት
- ከሰዎች ጋር መስማማትና መግባባት
- ደጋፊ የትዳር ጓደኛ
- ከሌሎች ሰዎች ይልቅ ጠንክሮ መስራት

በግልጽ እንደምንመለከተው ከእነዚህ ከአምስቱ ነጥቦች አንዱም እንኳ የአእምሮ ብልህነትን አይጠቁምም:: አምስቱም እውነታዎች ከስሜት ብልህነት ጋር ግንኙነት ያላቸው ብቃቶች ናቸው:: ከምትገምተው በላይ ሰዎች አንተን የሚገመግሙህ በምታውቀው እውቀት ሳይሆን በምታሳየው ስሜትና በምትተገብረው ተግባር ነው:: ከላይ የተጠቀሱትን የእነዚህን ስኬታማ ሰዎች የስኬት ምንጭ አንድ በአንድ እናጢነው፡

ከሰዎች ጋር እውነተኛ መሆን

አንድ ሰው በትምህርቱ አስገራሚ ውጤትን በማስመዝገብ የተለያዩ ዲግሪዎችን ያጠራቀመ ሲሆን በሄደበት ቦታ ሁሉ እውቀቱን ፈላጊ ድርጅት አያጣም:: በዚያ በተሰማራበት ድርጅት ውስጥ ምንም እንኳ የላቀ ስፍራን ቢይዝም ከሰዎችም ሆነ ከድርጅታዊው አሰራር ጋር እውነተኛነትና ሃቀኝነት ከሌለው በዚያ ቦታ የመዝለቁ ነገር አጠራጣሪ ነው:: እውቀቱን ተግባራዊ ለማድረግ ከሰዎች ጋር ያለውን የሃሳብና የስሜት ልውውጥ ሚዛናዊ በሆነና በበሰለ መልኩ ለመያዝ ካልቻለ እውቀቱ ለምንም አይጠቅምም::

ዲሲፕሊን ያለው ሕይወት

ሰዎች በአንድ ትምህርት የላቀ ሁኔታ ላይ ለመድረስ በመጠኑም ቢሆን ዲሲፕሊን እንዲኖራቸው አመልካች ነው:: ሆኖም፣ በትምህርት ዙሪያ ያለ ዲሲፕሊንና በማህበራዊ ኑሮ ያሉ ዲሲፕሊኖች የተለያዩ ናቸው:: አንድ ሰው ግኡዝ ከሆነው መጽሐፍ ጋር በጥናት ዙሪያ ያለው ግንኙነት ከሰዎች ጋር ሊኖረው ስሚችለው የግንኙነት ብቃት አመልካች አይደለም:: ብቻውን በር ዘግቶ አንድን እውቀት ወደ አእምሮው በማምጠጥ ፈተናን ማለፍ አንድ ነገር ነው:: ባገኘው አስገራሚ የትምህርት ውጤት ምክንያት ግን ወተ ከፈተለት የስራ መስክ ስሜታዊ ብቃትን ይዞ መግባት የተለየ ጉዳይ ነው::

ከሰዎች ጋር መስማማትና መግባባት

በሄዱበት ቦታ ሁሉ የችግር ምንጭ የሆኑ ሰዎች የዚህ ነጥብ ምሳሌዎች ናቸው፡፡ ደጋግመን እንደተመለከትነው የአእምሮ እውቀት የማህበራዊ ሕይወት ስኬት ማረጋገጫ ሊሆን አይችልም፡፡ በየትኛውም ሕብረተሰብ ውስጥ የተደረጉ ጥናቶችን ስንመለከት ሰዎች አብረው ለማሳለፍም ሆነ በስራ አጋርነትና በአለቃነት ምረጡ ቢባሉ የሚመርጡት የሰውየውን እውቀት ሳይሆን የባህሪውን ሁኔታ አይተው እንደሆነ ጠቋሚ ነው፡፡ የስሜትና የማህበራዊ ብልህነትና ብቃት በትምህርት ቤት ልንማራቸው የምንችላቸው ብቃቶች ቢሆኑ መልካም ነበር፡፡ እውነታው ግን ከዚህ የራቀ ነው፡፡

ደጋፊ የትዳር ጓደኛ

አንዳንድ ሰዎች የአንድ ሰው የግልና ቤተሰባዊ ሕይወት ከስራ መስኩ ጋር ምንም ግንኙነት እንደሌለው ሲናገሩ ይሰማሉ፡፡ ይህ ሙሉ በሙሉ ከእውነት የራቀ አመለካከት ነው፡፡ በስራ ደክሞ የዋለ ሰው ወደ ቤቱ ሲገባ የሚያርፍበትንና የሚታደስበትን ሁኔታ ካላገኘ ሁኔታው ነገ ባለው ስራው ላይ ተጽእኖ እንዳለው ጥርጥር የለውም፡፡ በትዳሩም ሆነ በፍቅር ሕይወቱ በትግልና በውጣውረድ ውስጥ ያለ ሰውና ባማረና በደመቀ ቤተሰባዊ ሕይወት የተደላደለ ሰው እኩል የሆነ ጉልበትና ያተኮረ ሕይወት ሊኖራቸው አይችልም፡፡

ከሌሎች ሰዎች ይልቅ ጠንክሮ መስራት

ጠንክሮ የመስራት ሁኔታ የስሜት ብልህነትን የሚያመላክት ጉዳይ ነው፡፡ ቸልተኝነትን፣ የስሜት ቀውስንና የተለያየ ውጣውረዶችን አልፎ ለተሰለፉበት ዓላማ የመነሳት ማንነት የሚመጣው በስሜት ብልህነት ከማደግ ነው፡፡ ብዙ እውቀት ተሸክሞ ለስራ ከሚለግም ሰው ይልቅ ጥቂት እውቀትን ይዞ በሚያውቀው እውቀት ጠንክሮ የሚሰራ ሰው የበለጠ ስኬትን ያስመዘግባል፡፡ ምንም እንኳ የተሻለው ምርጫ እውቀቱንም ሆነ ትጋቱን አብሮ

የመያዙ ሁኔታ ቢሆንም የምርጫ ጉዳይ ቢኖር በስሜት ብልህነት የማደጉን ጉዳይ ልንመርጥ ይገባል::

እንግዲህ የስሜት ብልህነት ከአእምሮ ብልህነት የላቀ ነው ስንል፣ የአእምሮ እውቀት ወይም ብልህነት አስፈላጊ አይደለም እያልን እንዳልሆነ ግልጽ ነው:: ለማለት የተፈለገው እውነታ አንድ ሰው በአእምሮው ምንም ያህል ቢበስል ስሜታዊ ብቃት ከሌለው የአእምሮው እውቀት የትም ሊወስደውና ተግባራዊ ሊያደርገው አይችልም:: "እውቀትህና ችሎታህ ታላላቅ ሰዎች ዘንድ ያስገባሃል፣ የባህሪህ ሁኔታ በዚያ የመቆየትህን ሁኔታ ይወስናል" እንደሚለው አባባል ማለት ነው::

ጥናቶች እንደሚነግሩን ከሆነ በስራም ሆነ በማንኛውም የማህበራዊ ኑሮ 80 በመቶው ስኬታችን የሚመጣው ከስሜት ብልህነት ሲሆን፣ የአእምሮ ብልህነት የሚሰጠን የስኬት መጠን ግን 20 በመቶ ብቻ ነው:: በሌላ አባባል ከፍ ያለ የአእምሮ ብልህነት (IQ) ኖሮህና አእምሮህ በብዙ እውቀት ተሞልቶ ሳለ፣ ስሜታዊ ብልህነት ከሌለህና የራስህንና የሌሎች ሰዎችን ስሜት አያያዝ ካላወቅህበት የአእምሮ እውቀትህ ብቻውን የትም አያደርስህም::

የስሜት ብልህነት ያላቸው ሰዎች ምልክቶች:-

- አስቸጋሪ ሰዎችንና ሁኔታዎችን በስሜታማ መልኩ አያያዝ
- ራሳቸውን ግልጽ በሆነ መልኩ የመግለጽ ብቃት
- በሰዎች የሚከበር ማንነትን ማንጸባረቅ
- በሰዎች ላይ ተጽእኖ የማምጣት ብቃት
- ሰዎች እንዲደግፏቸው የማነሳሳት ብቃት
- በውጥረት ውስጥ የውስጥን መረጋጋትና ሚዛናዊነትን አለማጣት
- ለሰዎችና ለሁኔታዎች የሚሰጡትን ስሜታዊ ምላሽ ማወቅና ለመቆጣጠር መብቃት

- የተፈለገውን ውጤት ለማግኘት ትክክለኛውን ነገር መናገርና ተገቢውን ነገር ማድረግ
- በድርድር ጊዜ ተገቢውን አቀራረብ በመምረጥ ራሳቸውንም ሆነ ሌላኛውን ሰው መምራት
- አንድን ነገር ከግቡ ለማድረስ ራስን ማነሳሳት
- በአስቸጋሪ ሁኔታ ውስጥ ሲያልፉ እንኳ አዎንታዊ ሆኖ መቆየት

አንድ ሰው ምንም ያህል በአእምሮ ብልህነት ቢበስል የስሜት ብልህነት መጠኑ አናሳ ከሆነ በውስጡ ያለው እውቀትና ችሎታ የሚወጣበትና የሚገለጥበት “መስኮት” የለውም፡፡ ስሜት ሲወድቅ፣ ሲዘጋ፣ ሲዛባም ሆነ አላግባብ ሲገለጥ በአንድ ሰው ውስጥ ያለውን ብቃት የመጨቆን ወይም ደግሞ ተቀባይነት እንዳያገኝ የማድረግ ተጽእኖ አለው፡፡ ከዚህና ከተለያዩ በዚህ ምእራፍ ውስጥ ከተጠቀሱ እውነታዎች አንጻር ነው የስሜት ብልህነት በአእምሮ ብልህነት ላይ የበላይነት አለው የሚባለው፡፡

በዚህ በመጀመሪያው ክፍላችን የተመለከትነው የአእምሮን ብልህነትና የስሜትን ብልህነት ትርጉም፣ ግንኙነትና ልዩነት ነው፡፡ በተጨማሪም፣ የስሜት ብልህነት በአእምሮ ብልህነት ላይ ያለውን ደረጃ ልቀት ቃኝተናል፡፡ የዚህ መጽሐፍ ዋና ትኩረት የስሜት ብልህነትን ጠቃሚነት ማሳየት በመሆኑ ከዚህ በኋላ የሚገኙ የመጽሐፉ ክፍሎች ትኩረት በዚሁ በስሜታዊ ብልህነት ዙሪያ ይሆናሉ፡፡ በሚቀጥለው ክፍላችን ውስጥ ባሉ ምእራፎች የስሜት ብልህነት ዘርፎች አንድ በአንድ እናጠናለን፡፡

"ጠጣር" ክህሎቶች (Hard Skills) እና "ለስላሳ" ክህሎቶች (Soft Skills)

==========

የስሜት ብልህነትና የአእምሮ ብልህነት የእውቀት ማእከሎች በሌላ እይታ ሲቃኙ "ጠጣር" እና "ለስላሳ" ክህሎቶች ተብለው ሊጠሩ ይችላሉ፡፡ በእነዚህ "ጠጣር" እና "ለስላሳ" ተብለው በተሰየሙት ክህሎቶች መካከል ያለው መሰረታዊ ልዩነት ምንድነው? ለስኬታማ ሕይወት አንደኛው ክህሎት ከሌላኛው የተሻለ ነው?

ሶስት መሰረታዊ ልዩነቶች

- "በጠጣር" ክህሎት ብቁ ለመሆን አንድ ሰው የላቀ የአእምሮ ብልህነት ነው የሚያስፈልገው፡፡ "በለስላሳ" ክህሎት ብቁ ለመሆን ደግሞ የስሜት ብልህነት ነው የሚያስፈልገው፡፡
- "የጠጣር" ክህሎት ምሳሌዎች፡- ሂሳብ፣ ፊዚክስ፣ አካውንቲንግና የመሳሰሉት የትምህርት አይነቶችን በሚገባ የመገንዘብ ሁኔታ ነው፡፡ "የለስላሳ" ክህሎት ምሳሌዎች፡- ራስን የመምራት፣ የማህበራዊ ግንኙነት፣ የአመራር እና የስሜት ጽንአት ብቃት ናቸው፡፡
- "የጠጣር" ክህሎት ሁኔታ በየትም ስፍራ ብንሆን ሊለወጥ አይችልም፡፡ ያለንን "ጠጣር" ክህሎት ተጠቅመን ማከናወን ያለብንን ተግባር መፈጸም አለብን፡፡ "የለስላሳ" ክህሎት ጉዳይ እንደ ሁኔታው ሊለዋወጥ ይችላል፡፡ ያለንን "ጠጣር"

ክህሎት ለመጠቀም ለአካባቢው በሚመጥን ሁኔታ እንዴት ራሳችንን እንደምናቀርብና ሰዎችን እንዴት እንደምንይዝ ይወስናል፡፡

- “ጠጣር” ክህሎት በትምህርት ቤት ተምረን ወይም መጽሐፍ አንብበን የምንቀስመው የእውቀት ጉዳይ ነው፡፡ ለምሳሌ የሂሳብ ሰራተኛ ለመሆን ሂሳብን በሚገባ ተምረን እንደምናውቀው ማለት ነው፡፡
- “ለስላሳ” ክህሎት በአብዛኛው በትምህርት ቤት የማናገኘው የእውቀት አይነት ነው፡፡ በሙከራ፣ በመሳሳትና ከስህተት በመማር የምንቀስመው “ስሜታዊ” እውቀት ነው፡፡ የተለያዩ መጽሐፍቶችንም በማንበብ ጥበቡን ለማዳበር እንችላለን፡፡

በተሰማራንበት የስራ መስክ ስኬታማ ለመሆን እነዚህ ሁለቱም ክህሎቶች አስፈላጊ ቢሆኑም፣ እንደስራ መስካችን በአንደኛው የበለጠ እንድንበስል ሊያስፈልገን ይችላል፡፡

ምንጭ፡- http://bemycareercoach.com/1704/soft-skills/hard-skills-soft-skills.html

---

አንተና ስራህ

- የተሰማራህበት የስራ መስክ ከጠጣርና ከለስላሳ የክህሎት አይነቶች የትኛውን ክህሎት በበለጠ ሁኔታ ማዳበርና መጠቀም እንዳለብህ ይጠቁምሃል?
- ከተሰማራህበት የስራ መስክ አንጻር ማዳበር ያለብህን “ጠጣር” ክህሎቶች (Hard Skills) ለማሳደግ ልትወስዳቸው ከምትችላቸው እርምጃዎች ጥቂቶቹ ምን እንደሆኑ ጻፍና እነዚያን ክህሎቶች ለማዳበር ጥረት አድረግ፡፡
- ከተሰማራህበት የስራ መስክ አንጻር ማዳበር ያብህን “ለስላሳ” ክህሎቶች (Soft Skills) ለማሳደግ ልትወስዳቸው ከምትችላቸው እርምጃዎች ጥቂቶቹ ምን እንደሆኑ ጻፍና እነዚያን ክህሎቶች ለማዳበር ጥረት አድረግ፡፡

ክፍል ሁለት

የስሜት ብልህነት ዘርፎች

ቀደም ብለን ወደ ጠቀስነው የስሜት ብልህነት ትርጉም እንመለስ:-

"የስሜት ብልህነት የግላችንንና የሌሎች ሰዎች ስሜት የመለየትና የመቆጣጠር፤ እንዲሁም ለግልና ለሌሎች ሰዎች ስሜት ሊሰጥ የሚገባውን ትክክለኛ ምላሽ ለይቶ የማወቅ ግላዊና ማሕበረሰባዊ ብልህነት ነው"::

በዚህ ክፍላችን የምንመለከታቸው አምስቱ የስሜት ብልህነት እውነታዎች የሚከተሉት ናቸው:-

- የራስን ስሜት የማወቅ ብልህነት
- የራስን ስሜት የ"ማስተዳደር" ብልህነት
- የሰዎችን ስሜት የማወቅ ብልህነት
- የሰዎችን ስሜት የ"ማስተዳደር" ብልህነት
- የማመዛዘን ብልህነት

6.

የራስን ስሜት የማወቅ ብልህነት

"ራስህን ካላወቅህ፣ ስሜትህን መቆጣጠር ካልቻክና ለሰዎች ግድ የማይሰጥህ ከሆንክ የአእምሮ ብልህነትህ ብዙም አያስኬድህም" - Daniel Goleman

የራስን ስሜት ማወቅ ማለት በወቅቱ ያለህን ስሜት መለየትና በምታልፍባቸው ሁኔታዎች ውስጥ የግል ስሜትህን መገንዘብ ማለት ነው:: ይህ ራስን የማወቅ እውነታ ድካምንና ብርታትን የመለየትንም ሁኔታ ያካትታል::

የራስን ስሜት የማወቅ ሁኔታ የሚከተሉትን አራት ነገሮች ያካትታል

1. እየተሰማኝ ያለው ስሜት ምንድን ነው?
2. ይህ ስሜት ሊያስከትለው የሚችለው ውጤት ምንድን ነው?
3. የዚህ ስሜት ምንጩ ምንድን ነው?
4. ይህንን ስሜት እንዴት መቆጣጠር ወይም ለመልካም መጠቀም እችላለሁ?

ከእነዚህ የራስን ስሜት የማወቅ ሁኔታዎች በመነሳት ከዚህ በመቀጠል የራስን ስሜት የማወቂያ ስልቶችን እናጤናለን::

አስር የራስን ስሜት የማወቂያ ስልቶች

1. ስሜቶችህን በጽንፈኝነት አትመልከታቸው

አንዳንድ ሰዎች ምቾት የማይሰጧቸውን ስሜቶቻቸውን እንዲሁ በጥቅሉ ክፉ እንደሆኑ በማሰብ ስለእነሱ ማሰብም ሆነ መወያየት አይፈልጉም፡፡ ትክክለኛው መንገድ ግን ስለ ስሜታችን በሚገባ በማሰብና ጊዜ ሰጥቶ ምንጩን ለማወቅ በመሞከር ለስሜቱ ዘለቄታዊ መልስ ለማግኘት መሞከር ነው፡፡ ጥሩ የሆኑና መጥፎ የሆኑ የስሜት አይነቶች እንዳሉ እሙን ነው፡፡ ሆኖም እነዚህን ስሜቶች ለመልካም ለማዋል ካስፈለገ አእምሮአችንን ከፍተንና ሰፋ አድርገን ስለስሜቶቹ በቂ እይታን ማዳበር የግድ ነው፡፡

ማንኛውም የሚሰማን ስሜት ጊዜን ሰጥተን ካሰብነው አንድን ማስታወስ ወይም ትኩረት ልንሰጠው የሚገባንን እውነታ ይጠቁመናል፡፡ ለምሳሌ፣ የሚሰማንን የጥፋተኝነት ስሜት እንደ ክፉ ስሜት በመቁጠር በጭፍንነት ከዚያ ስሜት ለመሸሽ ስንሞክር መፍትሄ ማግኘት አንችልም፡፡ በምትኩ፣ ለምን የጥፋተኝነት ስሜት እንደሚሰማን በሚገባ ማሰብ ብንጀምር ለዚያ ስሜት የዳረገን አንድን ጥፋት ስለሰራን እንደሆነ ልንደርስበት እንችላለን፡፡ ወይም ደግሞ ካለን ደካማና ስስ ህሊና የተነሳ እንዲሁ ካለበቂ ምክንያት በዚያ ስሜት የምንጠቃ ሆነን ራሳችንን ልናገኘው እንችላለን፡፡

2. የስሜታዊነትህን ተጽእኖ አስተውል

ማንኛውም ካለገደብ የተገለጠ ስሜት አዎንታዊ ወይም አሉታዊ ተጽእኖ አለው፡፡ በተለይም ደግሞ እንደ ቁጣና ንዴት የመሳሰሉ አሉታዊ ስሜቶቻችን ካልተገቱና በትክክለኛው ቦታ፣ ሰዓትና መጠን ካልተገለጡ ውጤታቸው የከፋ ነው፡፡ ስሜትህን ሳትቆጣጠር ልቅ አድርገህ ስትገልጸው በሌሎች ሰዎች ላይ ተጽእኖ እንደሚያመጣ እወቅ፡፡ በሌላ አባባል፣ በአንድ ነገር ምክንያት የተሰማህ ስሜት በራሱ መጥፎ አይደለም፣ ስሜቱን አያያዝህና አገላለጽህ ግን እጅግ ወሳኝ የሆነ ጉዳይ ነው፡፡ በስሜት

ብልህነት ማደግ በዚህ የተሰማህን ስሜት አያያዝ ጉዳይ ላይ ያለው ስፍራ ይህ ነው አይባልም፡፡

ለምሳሌ፣ ከቅርብ ወዳጆችህ ጋር ስታሳልፉ በአንደኛው ወዳጅህ ተበሳጭተህ ሁሉም በተሰበሰቡበት በሚጎዳ ቃል ብትናገረው፣ አብረውህ የነበሩ ሁሉ ተደናግጠው መሄዳቸው የማይቀር ነው፡፡ በሌላ ጊዜ እንገናኝ ብለህ ጥሪ ብታደርግላቸው ፍላጎት ባይኖራቸው ሊገርምህ አይገባም፡፡ ይህንን ከአንተ ጋር ደግሞ የመገናኘት ፍላጎታቸውን ያሳጣቸው ባለፈው የገለጥከው ስሜታዊነት እንደሆነ ማሰብ አያዳግትም፡፡ ይህ እጅግ ቀላል የሆነ ምሳሌ እንደሚያሳየን የምንገልጣቸው ስሜቶች ውጤት እንየተከተለን እንደሚኖር ነው፡፡

3. ምቾት የማይሰጡ ስሜቶችህን አትሸሻቸው

የሚሰሙህን ደስ የማይሉ ስሜቶች ዛሬ ጨቁነሃቸውና ደብቀሃቸው ካለፍክ ነገ እንደገና ብቅ ማለታቸውና መጋፈጥህ አይቀርም፡፡ አንድ አሉታዊ ስሜት፣ አይንህን ጨፍነህ “ስለስሜቱ ማሰብ አልፈልግም” ስላልክ አይደለም የሚጠፋው፡፡ በተቃራኒው ግን ስለስሜቱ መንስኤና ሁኔታ ሳትፈራ ማሰብ ብትጀምር ስሜቱ የሚጠቁምህን ትክክለኛ ማንነትህን ታገኘውና መፍትሄ ትፈልግለታለህ፡፡ ወይም ደግሞ ምናልባት ስሜቶችህ የተሳሳቱ ሆነው ታገኛቸውና ከየት እንደመጡ ለይተህ በማወቅ ምንጩን ታስወግደዋለህ፡፡

ለምሳሌ፣ ሰዎችን የመፍራት ዝንባሌ ካለህ፣ ምናልባት ምንጩ ካለፈው በሰዎች ምክንያት ከደረሰብህ ስሜት ጎጂ ሁኔታ ሊሆን ይችላል፡፡ ወይም ደግሞ እንዲሁ መሰረት የለሽ የስሜት ቀውስ ሊሆን ይችላል፡፡ ስለዚህ፣ እንዲሁ በደፈናው ከሰዎች ከመሸሽ ወይም ስሜቱ ሲመጣ “ለመዝጋት” ከመሞከር ጊዜ በመውሰድና ስለስሜቱ በቅጡ በማሰብ እውነታን ለመጋፈጥ መወሰን ትችላለህ፡፡ ይህ ውሳኔ መፍትሄ ወደ መፈለግ

ጎዳና ያሽጋግርሃል፡፡ራስህንም ከአመት እስከ አመት በተመሳሳይ ስሜት ውድቀት ውስጥ እንዳታገኘው ይጠብቅሃል፡፡

4. የስሜትህን ቁልፍ የያዘውን ሰውና ሁኔታ እወቅ

ሌሎችን ወደማይሆን ስሜት የማይከቱ ሁኔታዎችና ሰዎች አንተን ወደዚያ ስሜት ሲከቱህ ስትመለከት ሁኔታውን አጢነው፡፡ ምናልባት አሁን ስሜታዊ የሚያደርግህ ሁኔታ ወይም ሰው ከዚህ ቀደም ቁስል የተወብህን ሁኔታ ወይም ሰው እያስታወሰህ ሊሆን ይችላል፡፡ በአጭሩ፣ አንዳንድ ያለፉ ልምምዶችህ በዛሬው ማንነትህ ላይ ተጽእኖ አድርገው ማለፋቸውን አትዘንጋ፡፡ ስለዚህም፣ ለአጉል ስሜታዊነት የሚቀሰቅሱህን ጉዳዮች በማወቅ በምን መልኩ እንደምታልፋቸው መስራት ይጠበቅብሃል፡፡

ለምሳሌ፣ በስራ ቦታ ሁሉም በሰላም እየሄደ ሳለ፣ ያ ሰው ሲመጣ ከሆነ ስሜትህ የሚነካው ለምን በዚህ ሰው ምክንያት እንዲህ እንደምትሆን ጥጉ ድረስ በማሰብና ጥጉ ጋር በመድረስ ወደ መፍትሄ ልታመራ ትችላለህ፡፡ ምናልባት ከዚህ በፊት የጎዳህን አይነት ሰው ያስታውስህ ይሆናል፡፡ ሁኔታው በውስጠ-ህሊናህ ተቀምጦ እሱን መሰል ሰው ስታይ ሳታውቀው ስሜቱ ይቀሰቀስ ይሆናል፡፡ ስለዚህ፣ ለአጉል ስሜት የሚያነሳሱህን ሁኔታዎችና ሰዎች እየለየህ በማውጣት ለማሸነፍ መሞከሩ ወደ ላቀ ማንነት ያሳድግሃል፡፡

5. ራስህን እንደሌላ ሰው ሆነህ እየው

ስሜታዊ የሚያደርግህ ሁኔታ ሲከሰትና ወደተለመደው አሉታዊ ስሜታዊነትህ ስታዘግም ራስህን ልክ ሌላ ሰው እንደሚያይህ አድርገህ ለመመልከት ሞክር፡፡ ከለመድካቸው ስሜትህን የመግለጥ ድግግሞሽ ውጪ ሌሎች ያሉህን የተሻሉ አማራጮች "ከራስህ ገለል" ብለህ አስባቸው፡፡ ይህንን በአሁን ጊዜ በማሳየት ላይ ያለኸውን ስሜታዊነት ሌላ ሰው ላይ ብታየው ምን ታስባለህ? ስሜታዊ መሆን ስትጀምር ከዚህ በፊት ያደረግከውን

ስሜታዊ የሆንክባቸውን ንግግሮችህንና ተግባሮችህን አስባቸውና ራስህን እንደሌላ ሰው ሆነህ "በመታዘብ" ልትመክረው ትችላለህ፡፡

ለምሳሌ፣ ክፉ ወሬ ያወራብህን ሰው ለመገናኘት ስትሄድ ራስህን እንደሌላ ሰው ሆነህ በማየት መሄድ ትችላለህ፡፡ ወደዚህ ሰው ሄደህ በክፉና ነገሩን የበለጠ በሚያካብድ ሁኔታ ስትቀርበው ሊከተሉ የሚችሉትን ነገሮች ተረጋግተህ አስባቸውና ልቦናህን መልስ፡፡ ከዚያ ሰው ጋር ክፉና ተራ ንግግር ውስጥ ከመግባት ይልቅ ተረጋግተህ ነገሩ እንዴት እንደጎዳህ ለመግለጽ ራስህን ማዘጋጀት ትችላለህ፡፡ ይህንን አስታውስ፣ ይህችን እጅግ በጣም ቀላል የምትመስል እርምጃ መውሰድ አቅቷቸው ብዙ ሰዎች ራሳቸውን ደስ በማያሰኝ ውጤት ውስጥ አግኝተውታል፡፡

6. በጥሩ ወይም በመጥፎ የስሜት ዝንባሌዎችህ ("ሙዶችህ") አትታለል

ሰው በተፈጥሮው መልካም ገጠመኝ ሲደርስለትና በጣም በጋለና ግሩም በሆነ ስሜት ("ሙድ") ውስጥ ሲሆን ከዚያ ቀን ጀምሮ ልብህን የሚያሳዝን ምንም ነገር እንማይገጥመው የማሰብ ዝንባሌ አለው፡፡ በተቃራኒውም በአንዳንድ ክፉ ገጠመኞች ምክንያት በጣም በወደቀ "ሙድ" ስሜት ውስጥ ራሳችንን ስናገኘው ከዚያ ሁኔታ የመውጫ ጭላንጭሉ አይታየንም፡፡ ይህ ከጊዜው "ሙድ" የተነሳ የሚመጣ "የቋሚነት" ስሜት በውሳኔአችን ላይ ጣልቃ ይገባና የኋላ ኋላ የምንጸጸትባቸውን ውሳኔዎች እንድንወስን ይገፋፋናል፡፡

ለምሳሌ፣ ይከፈለትልኛል ብለህ የጠበከው የእድል በር ባልጠበከው መንገድ ቢዘጋና የወደቀ "ሙድ" ውስጥ ብትሆን፣ ኑሮ ሊያስጠላህና የተለያዩ ውሳኔዎችን እንድትወስን ሊገፋፋህ ይችላል፡፡ "ሙዱን" ግን ማሳለፍ የግድ ነው፡፡ አየህ፣ በክፉም ሆነ በጥሩ የጠለቀ ስሜት ውስጥ ስትሆን አእምሮህ ለሕይወትህ የሚጠቅምህንና የማይጠቅምህን ነገር የማመዛዘኑ ሁኔታ ይወርዳል፡፡ እነዚህ የ"ሙድ" ውጣውረዶች ግን እየመጡ

የሚሄዱ እንደሆኑና፣ እውነታ ብቻ ዘላቂ እንደሆነ በማሰብ አይኖችህን እውነታው ላይ ጣል - የማያልፍ ነገር የለምና፡፡

7. የምታደርገውን ነገር ለምን እንደምታደርገው ቆም ብለህ ራስህን ጠይቀው

የተለያዩ ስሜቶችህ የሚመጡት አንተ ስትጠራቸው ሳይሆን በፈለጉት ሰዓት ነው፡፡ ይህ የሚሆንበት ምክንያት በስሜትህ ላይ ተጽእኖ የሚያመጡ ሁኔታዎች ዘርፈ-ብዙ በመሆናቸው ነው፡፡ ይህ ሁኔታ በቀላሉ ለመገንዘብ የሚያዳግተን የተወሳሰበ ጉዳይ ሊሆን ይችላል፡፡ ስሜትህ፣ የትናንት ልምምድህ፣ የምታስላስላቸው ሃሳቦች፣ የሰውነት "የሆርሞን" ለውጦችና የመሳሰሉት ከአንተ ቁጥጥር ውጪ የሆኑ ነገሮች ጥርቅም ነው፡፡ ወደአንተ የሚመጡትን ሁኔታዎች ሙሉ ለሙሉ መቆጣጠር ባትችልም፣ ለእነዚህ ነገሮች የምትሰጠውን ምላሽ ግን መቆጣጠር ትችላለህ፡፡

ለምሳሌ፣ በጠዋት መነሳትና መሄድ ያለብህ ቦታ መሄድ ሲገባህ ከአልጋህ ሳትወጣ ተደብተህ የቆየህበትንና፣ ከተነሳህም በኋላ ራስህን ጥለህ ከቤት ሳትወጣ የዋልክበትን ምክንያት "ለምን?" ብለህ ጠይቅና ተጋፈጠው፡፡ ይህንን አትዘንጋ፣ የእለቱ ስሜትህ ነው ተግባርህን የሚወስንልህ፡፡ ስለዚህ፣ "ይህንን ነገር የማደርገው ለምንድን ነው?" ብለህ ራስህን መጠየቅ ስትጀምር መንስኤውን ታገኘዋለህ፡፡ ይህንን እውነታ መለማመድ ስትጀምር ስሜትህ አንተን መምራቱ እየቀነሰ ይሄድና አንተው አውጥተህና አውርደህ ሚዛናዊው እውነታ ላይ በመድረስ መመራት ትጀምራለህ፡፡

8. በራስህ ላይ የምታያቸውን ስሜታዊነቶችን በሌሎች ሰዎች ላይ አጥናው

አንዳንድ ጊዜ ስሜቶችህ የአንተ ብቻ ይመስሉህና ብቸኛው በዚያ ስሜት ተጽእኖ ስር የወደቀ ሰው እንደሆንክ ልታስብ ትችላለህ፡፡ እንደዚህ ማሰብ ተስፋ አስቆራጭ ሁኔታ

ላይ ይጥልሃል፡፡ ሆኖም፣ የአንተ አይነት ስሜት ያላቸውና የሚታገሉ ሰዎች ብዙ መሆናቸውን በማሰብ እነሱን አስተውላቸው፡፡ በአንድ ጎኑ በዚህ አለም ላይ በዚህ ስሜት የሚንገላታው ብቸኛው ሰው አንተ እንዳልሆንክ ስታስብ ልብህን ይደግፈዋል፡፡ በሌላ ጎኑ ደግሞ በተመሳሳይ ሁኔታ ያለፉና በማለፍ ላይ ያሉ ሰዎችን በማጤን ልምድን የመቅሰምና ተመሳሳይ ስህተትን ያለመድገም አቅም ልታገኝ ትችላለህ፡፡

ለምሳሌ፣ የሰዎች ሁኔታ ማጤንን ከቤተሰብህም ሆነ ከቅርብ ጓደኞችህ መጀመር ትችላለህ፡፡ ከዚያም አለፍ በማለት ምናልባት የምትታገላቸውን ስሜቶችህን የሚታገሉ ተዋንያኖች በፊልምና በመጽሐፍ ማጤን ትችላለህ፡፡ የእነዚህን ሰዎች ሁኔታ በሚገባ ካጤንክ በኋላ፣ "ምከራቸው" ብትባል የምትመክራቸውን መልካም ነገር አስብና ያንኑ መልካም ምክር ለራስህ ተጠቀምበት፡፡ ለአንድ አይነት ሁኔታ ተቃራኒ ምላሽ የሰጡ ሰዎችንና ያገኙትን የተለያዩ ውጤቶች በማነጻጸርና ለግልህ ትምህርት በመጠቀም ከስሜታዊነት ውጣ ውረድ በመውጣት እውነታን ያገናዘበ ሕይወት መኖር ትጀምራለህ፡፡

9. ከቅርብ ወዳጆችህ ሃሳብን ተቀበል

የምታያቸው ነገሮች በሙሉ በእይታህ መነጽር ውስጥ ተጣርተው ነው የሚያልፉት፡፡ ይህ እውነታ ራስህን የምታይበትንም እይታ ይጠቀልላል፡፡ ራስህን የምታይበት መነጽርና ሌሎች አንተን የሚያዩበት መነጽር የተለያዩ ስለሆኑ፣ ሰዎችን መስማት ራስህን ከውስጥ ወደውጪ ብቻ ሳይሆን ከውጪ ወደውስጥ እንድታይ ይረዳሃል፡፡ በተለይም በቅርቡ የሚያገኙህና የሚያውቁህ ሰዎች ስለአንተ ምን እንደሚያስቡና በእንዴት አይነት እይታ እንደሚያዩህ ማወቁ አይን ከፋች ጉዳይ ነው፡፡ ሰዎች ስላንተ የሚያስቡት ነገር ሁሉ ትክክል ነው ማለት ባይሆንም እይታቸውን ማወቁ ግን ጠቃሚ ነው፡፡

ለምሳሌ፣ ምንም ምቹ ስሜት ባይሰጥህም እንኳ የትዳር ጓደኛህን ወይም የቅርብ ወዳጅህን ስለራስህ ልትጠይቃቸውና ጉድለትህንና ብርታትህን እንዲያሳዩህ በር

ልትከፍትላቸው ትችላለህ፡፡ ብዙ ሰዎች እንዲህ አይነቱን ነገር ለማድረግ አይፈልጉም፡፡ አንዳንዶቹ፣ ሰዎቹ ሊነግሯቸው የሚችሉትን እውነታ ለመስማት ስነ-ልቦናዊ ዝግጅቱ ስለሌላቸው ነው፡፡ ሌሎች ደግሞ ሁል ጊዜ "ትክክል ነኝ" ብለው ስለሚያስቡ ሊሆን ይችላል፡፡ ከእውነታ ያልራቀ ሕይወት ለመኖር ግን የቅርብ ወዳጆቻችን በእኛ ላይ ያላቸውን እይታ ለማወቅ ልቦናን መክፈት የግድ ነው፡፡

10. ውስጥህን አድምጠው

ውስጥን ማድመጥ ማለት ማንነትህ ከአቅሙ በላይ የሆነ ሁኔታ ውስጥ ሲገባ በስሜትህም ሆነ በአካልህ ላይ ባለ ለውጥ አማካኝነት መልእክትን ስለሚያስተላልፍልህ ነው፡፡ ከዚያም በተጨማሪ፣ ሕሊናህ ለሚወቅስህ ሁኔታ ትኩረት መስጠት ማለት ነው፡፡ እነዚህ የአካል፣ የስሜትና የህሊና ድምጾች በጣም አስፈላጊ የሆኑ ስጦታዎች ናቸው፡፡ ትኩረት ከመስጠትና ትክክለኛውን ምላሽ ከመስጠት ውጪ ሌላ አማራጭ የለንም፡፡ ከመስመር የወጡ ሁኔታዎች በማንነታችን ላይ የከፋ ጉዳትን ከማስከተላቸው በፊት የምናያቸው ምልክቶች ናቸው፡፡

ለምሳሌ፣ የድካም ስሜት ሲጫጫነን፣ ቀድሞ የነበረን የውስጥ መጓጓት አሁን ሲጠፋና ስናጣው፣ የባዶነት ስሜት ሲያንገላታን፣ የዝለት ስሜት ሲጎትተን ሁኔታዎቹን ዝም ብለን ማለፍ አንችልም፡፡ እነዚህ ሁኔታዎች የሚነግሩን ብዙ መልእክቶች አላቸው፡፡ እነዚህን የማንነት "ድምጾች" ችላ ብሎ መቆየት ጊዜው ካለፈና የማይቀለበስ ጉዳት ከደረሰ በኋላ የመንቃትን አደጋ ሊያስከትል ይችላል፡፡ የየእለትን ሩጫ ላለማቋረጥ ሲባል የሰውነትንና የስሜትን ድምጽ ችላ ብሎ መገስገስ የሕይወትን ሩጫ ለአንዴና ለመጨረሻ ጊዜ የማስቆም ውጤት ይኖረዋል፡፡

አንድ ሰው የራሱን ስሜት የመለየትን ብልህነት ካዳበረ በኋላ በመቀጠል ያንን የለየውን ስሜቱን እንዴት ማስተዳደር እንደሚገባው ጠንቅቆ ሊያውቅ ይገባዋል፡፡ የሚቀጥለው ምእራፍ ያንን እርምጃ ለመውሰድ የሚጠቅሙ እውነታዎችን ይዟል፡፡

7.

የራስን ስሜት የ“ማስተዳደር” ብልህነት

“በስኬታማ ሰውና በሌሎች ሰዎች መካከል ያለው ልዩነት የጉልበት ወይም የእውቀት ማነስ አይደለም፣ የፈቃድ ጉድለት ነው” - Vince Lombardi

የራስን ስሜት “ማስተዳደር” ማለት ባደረኩት ስሜትን የማወቅ ጉዞ ያገኘሁትን ግንዛቤ በመጠቀም ወደማወቅ የመጣሁትን ስሜቴን አያያዝ ማወቅ ማለት ነው። ይህም ሁኔታ ለተከሰተው ስሜት ምላሽን ለመስጠት ያደረኩትን ወይም ያላደረኩትን ነገሮች ያጠቃልላል። በተጨማሪም፣ ትክክል የሆኑትን ወይም ትክክል ያልሆኑትን ስሜቶችና ለስሜቶቹም የሰጠኋቸውን ምላሾች ለይቶ ማወቅን ይጨምራል።

በሚገባ አጢነህ ለተገነዘብከው የራስህ ስሜት ትክክለኛውን ምላሽ የመስጠትና አያያዙን የማወቅ ጥበብ ነው። ከዚያም አልፎ፣ ለሁኔታዎችና ለሰዎች የምንሰጣቸውን ምላሾች በማስተዋልና ስሜትን በመቆጣጠር መልኩ መምራት ማለት ነው።

አስር የራስን ስሜት "የማስተዳደር" ስልቶች

1. ራስሽን "ፈታ" አድርጊው

አዋቂዎቹ እንደሚነግሩን፣ አእምሮአችን (የሚያስበው የአንጎል ክፍል) በትክክል ለመስራት ወደ ሰውነታችን ከምናስገባው ኦክስጅን 20 በመቶው ያስፈልገዋል ይሉናል፡፡ በመቀጠልም፣ በስሜታዊነት ስንጨናነቅ በቂ አየርን ስለማንተነፍስ የኦክስጅን እጥረት ይከሰታል፡፡ ይህ ሁኔታ በሚከሰትበት ጊዜና ኦክስጅን ሲያጥረን ሰውነታችን ኦክስጂን የማሽጋሸግን ስራ በመስራት በሕይወት ለመኖር ወደሚያስፈልጉን አካሎች ያደላል፡፡ ከዚያ ከተረፈው ነው ለማሰብ ወደሚያስፈልገን የአንጎል ክፍል ኦክስጂን የሚያደርሰው፡፡

ይህ ሁኔታ ስሜታዊነት የሚያስከትለውን የኦክስጂን እጥረት ያስከትላል፡፡ ከዚያም ነገሮችን አስቦ ትክክለኛውና ሚዛናዊው ድምዳሜ ላይ የመድረሳችንን ብቃት ይቀማናል፡፡ ለምሳሌ፣ የስሜት መጨናነቅ ሲኖርብህ በቀስታ ትንፋሽን በመሳብና በማውጣት ለሰውነትህ በቂ አየርን የመስጠትን ልምድ ማዳበር ትችላለህ፣ ይሉናል አዋቂዎቹ፡፡ በስሜት መጨናነቅ ጊዜ አስበንበት አየርን ወደውስጣችን የማስገባቱ ልማድ ከላይ የተጠቀሰው አጉል ሂደት እንዳይከተል ይረዳናል፡፡ ይህ እርምጃ ስሜታችንን ከምናስተዳድርባቸው መንገዶች የመጀመሪያው ነው፡፡

2. በስሜትና በምክንያታዊነት መካከል ለይ

ስሜታዊነት ማለት ለአንድ ገጠመኝ ወይም ክስተት የሚሰጥ ድንገተኛ ምላሽ ነው፡፡ የዚህ አይነቱ ምላሽ ውጤት ምን እንደሆነ አይታወቅም፡፡ ምክንያታዊነት ማለት ለአንድ ገጠመኝ ወይም ክስተት በቂ ጊዜ ወስዶ፣ ውጤቱን አውጥቶና አውርዶ ውጤቱን ከጅማሬ አይቶ ምላሽ መስጠት ማለት ነው፡፡ አንድን ነገር ለማድረግ ስታስብ መነሻህ ስሜታዊነት ይሁን ወይስ አእምሮህ ያሰበበትና አጥጋቢ ምክንያት ያለው ተግባር ለይተህ

የማወቅን ልምምድ አዳብር፡፡ ይህንን መለማመድ ዘወትር በስሜት እየተነዳህ ውሳኔና እርምጃ ውስጥ ከመግባትና ውጤቱ አፍራሽ ከሆነ ሁኔታ ይጠብቅሃል፡፡

ለምሳሌ፣ ከዚህ በፊት ለነበረህ ገጠመኝ የሰጠኸውን ምላሽ አስብና ያንን ምላሽ የሰጠህበትን መነሻ አሳብ አጢነው፡፡ “ያነሳሳኝ ስሜት ነው ወይስ አእምሮዬን ተጠቅሜ በቂ ምክንያት አግኝቼ ነው?” የሚል የማስታወሻ ጽሑፎችን በመጻፍ ልዩነቱን ማየት ትችላለህ፡፡ እንዲህ አይነት ልምምዶችን በመደጋገም በማድረግ ስሜታዊ ልማዶችህን ቀስ በቀስ ልትቀርፋቸው ትችላለህ፡፡ አንዲት ደቂቃ በመታገስ የእለቱን የጋለ ስሜት ማሳለፍ ሲችሉ የመጣላቸውን የስሜት ንዝረት በማስተናገድ ታሪካቸውን ያበላሹ ሰዎች ቁጥር እጅግ ብዙ ነው፡፡

3. ግቦችህን ለሰዎች ግልጽ አድርጋቸው

አብዛኛውን ጊዜ አንድን ልማድ ለማዳበርም ሆነ አንድን መቆም ያለበትን ልማድ ለማቆም የምናወጣቸውን ግቦች በግላችን ከያዝናቸው ወደጥጉ የማድረሳችን ሁኔታ አጠራጣሪ ነው፡፡ ግቦችህን ሰዎች እንዲያውቁት ስታደርግ ሰዎቹ እያዩህና እየተጠባበቁህ እንደሆነ ስለምታስብ መነሳሳትህ ይጨምራል፡፡ ይህ መነሳሳት ራስን በሃላፊነት ከማስጠየቅ የሚመጣ መነሳሳት ነው፡፡ አንድን ልማድ ለማዳበር አብረውህ የሚሰማሩ ወይም አይናቸውን ጥለውብህ በርታ የሚሉህ ሰዎች ለስሜትህ የጽንአት ምንጮች ሊሆኑ ይችላሉ፡፡

ለምሳሌ፣ ጠዋት በ12 ሰዓት ተነስቶ ስፖርትን የመስራት ፕሮግራም ብታወጣና ማለዳ የመነሳት ልማዱ ከሌለህ፣ ታላቅ የሆነ የስሜትን ብልህነትንና ጽንአትን የሚጠይቅ ጉዳይ ነው፡፡ ይህንን ሁኔታ ብቻህን ለማድረግ ከምትሞክር ይልቅ ከአንድ የቅርብ ወዳጅህ ጋር አብረህ ለማድረግ ቀጠሮ ብታደርግ የበለጠ ትነሳሳለህ፡፡ ካለምንም የውጭ ጉትጎታ የምናዳብራቸው ልማዶች ዘላቂነታቸው አስተማማኝ ቢሆኑም፣ እዚያ ደረጃ ላይ

እስከንደርስ ድረስና ልማዱ የማይቀለበስበት ደረጃ ድረስ አልፈን እስከንዘልቅ ድረስ የሰዎችን ብርታት መበደሩ መልካም ምርጫ ነው፡፡

4. ለስሜትህ ጊዜ ስጠው

አንድ ስሜት ሲሰማህና አንድን ነገር ለመናገር ወይም ለመተግበር ስታስብ ወዲያውኑ ከማድረግ ይልቅ ከሁኔታው ዞር በማለት ጊዜ ብትሰጠው ይመረጣል፡፡ "ጊዜና ትእግስት ታላላቅ ተዋጊዎች" በመባል ይታወቃሉ፡፡ ጊዜ ስሜትን ያበርዳል፣ ነገሮችን ወደ ግልጽነት ያመጣል፣ እውነት እንዲወጣ እድል ይሰጣል ... ወዘተ፡፡ ይህንን፣ "ጊዜ" የተሰኘ ግሩም መሳሪያ ለመግዛት ገንዘብ አያስፈልገንም፣ የውስጥ ጽንአትና አርቆ ማሰብ እንጂ፡፡ የስሜት ግለት ባለበት ሁኔታ ውስጥ ባደረከው ነገር እንጂ ከማድረግ በተቆጠብክበት ነገር አትጸጸትም፡፡

ለምሳሌ፣ አንድ ሰው አንድን በስሜትህ ላይ ጫና የሚጥል ነገር ተናግሮህ "ውሳኔህን ንገረኝ" ሲልህ፡፡ እዚያው መልስ ከመስጠት ይልቅ ጥቂት ቀናት ስጠኝና መልስ ይዤ እመጣለሁ ማለት የበለጠ ስኬታማ ያደርግሃል፡፡ ይህ "ጊዜን የመግዛት" ጥበብ ከሁኔታው ገለል ብለህ ለማሰብ፣ ሰዎችን ለማማከርና ሁኔታውን ለማመዛዘን ጊዜን ይሰጥሃል፡፡ ቀደም ብለን ለመመልከት እንደሞከርነው ስሜትህ በጋለበትና እንዲሁም የማሰብና የማመዛዘን ብቃትህ አናሳ በሆነበት ሰአት ምላሽን ለመስጠት መጨናነቅ ውጤታማነትህን ጠባብ ያደርገዋል፡፡

5. ልምድን ከሰዎች ቅሰም

የብዙ ሰዎች የስሜት ብልህነት ጉድለት ምንጩ የፍላጎት ማጣት ሳይሆን ስሜትን አያያዝ ካለማወቅ ነው፡፡ ይህ ጉድለት ደግሞ ከሚሟላበት መንገድ አንዱ በስሜት ብልህነት የበሰሉ ሰዎችን በመጠቀም ትምህርት በመቅሰም ነው፡፡ ስኬታማ ሰዎች "ሞዴል" የሆኗቸውን ሰዎች ለይተው የሚያውቁና ከእነሱም ብዙ የሚጠቀሙ ሰዎች ናቸው፡፡

ከዚህ በፊት በተለያዩ የሕይወት ውጣውረዶች ውስጥ ያለፈና ብዙ ልምድ ያካበተ ሰው በተለያየ መልኩ ለትምህርት የሚሆኑንን እውነታዎች ሊያበረክትልን ይችላል፡፡

ለምሳሌ፣ በስሜት ጽንአቱ የምታምንበትን አንድ ሰው ሻይ ወይም ምሳ ለመጋበዝ አስበህበት ያንን ጊዜ ላለህ የስሜት ብልህነትን የማዳበር ጉዞ አንዳንድ ጠቃሚ ምክሮችን ልትቀስም ትችላለህ፡፡ ከዚያም በተጨማሪ የተለያዩ ጽሑፎችንም ሆነ ገጸ-ባህሪያትን በማጤን ይህ ነው የማይባል ትምህርት ማግኘት ይቻላል፡፡ እውቀት ተወራራሽ ነውና፡፡ ልክ እንደ ዱላ ቅብብል ከአንድ ሰው ወደሌላ ሰው ያልፋል፡፡ ሆኖም፣ ልምምዱን የሚያቀብል በሳል ሰው ሲገኝ ለመቀበል የተዘጋጀ ሰው ያስፈልጋል፡፡

6. ፈገግ ማለትንና መሳቅን አዘውትሪ

የፈረንሳይ ዩኒቨርሲቲ ተመራማሪዎች አስቂኝ (ኮሚክ) ስእሎችን እንዲያነቡ ሁለት ቡድንን መድበው ግማሾቹ እርሳስ በጥርሳቸው ነክሰው (የፈገግታን ጡንቻ የሚያንቀሳቅስ ድርጊት)፣ ሌሎች ደግሞ እርሳስ በከንፈራቸው ይዘው (ከመሳቅ ጡንቻ ጋር ግንኙነት የሌለው ድርጊት) እንዲያነቡ አደረጓቸው፡፡ የመጀመሪያው ቡድን ውስጥ ያሉት ተሳታፊዎች ስእሎቹ እጅግ አስቂኝ እንደሆኑ እንዳሰቡ ደረሱበት፡፡ እንደጥናቱ መረጃ ከሆነ፣ በምትስቅበት ጊዜ ፊትህ ለአእምሮህ፣ "ደስተኛ ነኝ" የሚል መልእክት ያስተላልፋል፡፡ አእምሮህም ከነርቮችህና ከፊት ጡንቻዎችህ የመጣለትን መልእክት ለመላው ሰውነትህ በማስተላለፍ "ደስተኝነትን" ያሰራጫል፡፡

ለምሳሌ፣ አስቂኝ ፊልሞችን ማየት፣ ተጫዋች ጓደኛ ጋር አብሮ ማሳለፍ፣ በየሁኔታው በምታያቸው አስቂኝ ነገሮች ምክንያት በመፈለግ ፈገግ ማለትንና የመሳሰሉትን መለማመድ ትችላለህ፡፡ የግልህ "ባህል" ከመቆዘምና ከማዘን ወደ ደስተኝነትና ፈገግተኝነት ሊቀየር ይገባዋል፡፡ የደስተኝነትና የአዎንታዊ ዝንባሌ በዙሪያህ ያለውን ሁኔታም ሆነ በየቀኑ የሚኖሩህን ገጠመኞች በጥሩ ሁኔታ እንድታያቸውና በ"ይቻላል" ዝንባሌ እንድትጋፈጣቸው ይረዳሃል፡፡

7. “የራስ በራስ” ቋንቋህን ተቆጣጠር

ጥናቶች አንድ ሰው በቀን ውስጥ ከ50 ሺህ በላይ ሃሳብ በውስጡ ያጉላላል ወይም ለራሱ ያወራል በማለት ይጠቁሙናል፡፡ ከዚያም በተጨማሪ፣ ከእነዚህ ሃሳቦች ወይም “የራስ በራስ ንግግሮች” መካከል 80 በመቶዎቹ አሉታዊ እንደሆኑም ይታመናል፡፡ እነዚህ ለራስህ የምትናገራቸው ሃሳቦች ቀላል ጉልበት የላቸውም፡፡ የምታስበው ሃሳብ በስሜትህና በአካልህ ላይ ቀጥተኛ የሆነ ተጽእኖ አለውና፡፡ እያንዳንዳቸው ሃሳቦች በአእምሮህ ውስጥ ንጥረ-ነገሮች (ኬሚካሎች) እንዲመረቱና ወደሰውነትህ እንዲሰራጩ ያደርጋሉ፡፡ ስለዚህ ሃሳብን መቆጣጠር የግድ ነው፡፡

ለምሳሌ፣ አንድ አሉታዊ ሃሳብ ስታስብ ወዲያውኑ “ይህንን ሃሳብ ማሰብ አይገባኝም” በማለት ሃሳብህን በመግታት በተቃራኒው ጤናማ ሃሳብ የመቀየር ልምምድን ማዳበር ትችላለህ፡፡ ይህ ልምምድ ለጊዜው የሚሰራ አይመስልም፣ ምክንያቱም ለረጅም ጊዜ የመጣውን ሃሳብ ሁሉ ማስተናገድና አንዳንዱንም መተግበር የለመደው ማንነትህ በቶሎ ያንን ልማድ መልቀቅ አይሆንለትም፡፡ ልምምዱን ግን ተስፋ ባለመቁረጥ የራስህ ስታደርገውና በየቀኑ ስትደጋግመው ከጊዜ በኋላ ቀላል ሆኖ ታገኘዋለህ፡፡ አመለካከትህም ቀስ በቀስ ይቀየራል፣ የሕይወትህ አቅጣጫም እንዲሁ፡፡

8. በበቂ እንቅልፍና በስፖርት ለአካልህ ተጠንቀቅለት

ለአካልህ ለመጠንቀቅ ልትወስዳቸው ከምትችላቸው እርምጃዎች መካከል በቂ እንቅልፍና የአካል ብቃት እንቅስቃሴ ማድረግ ዋና ዋናዎቹ ናቸው፡፡ በእንቅልፍ ጊዜ አእምሮህና አካልህ እንደገና ይታደሳሉ፣ የሞቱ ሴሎች ይተካሉ፣ በአዲስ ሁኔታ ትነሳለህ፡፡ በቂ እንቅልፍ አለማግኘት የወደቀ ስሜትና በቀላሉ የሚነካ ነጭናጫ ባህሪይ ይዘህ እንድትኖር ያደርግሃል፡፡ ስፖርትም በራሱ የስሜትን ሁኔታ የማሻሻል ባህሪይ አለው፡፡ ስፖርት የክብደትን መጠን ይቆጣጠራል፣ የጉልበትን መጠንና የእንቅልፍን ጥራት ይጨምራል፣ ማህበራዊ ኑሮ ላይ ተጽእኖ ያመጣል፡፡

ለምሳሌ፣ በየቀኑ ራስህን በመግዛት ቢያንስ 8 ሰዓት ያህል እንቅልፍ የማግኘትህን ሁኔታ መቆጣጠር ትችላለህ፡፡ ይህንን ለማድረግ ምናልባት መቀነስ ያለብህ ነገር ሊኖር ይችላል፡፡ ብትቀንሳቸው የማይጎዱ ማህበራዊ ግንኙነቶችን ማሰብ ትችላለህ፡፡ እንዲሁም ለምሳሌ፣ ከባድ ሃሳብ ይዞ ለመተኛት እንደመሞከር የመሰሉ እንቅልፍን የሚነሱ ልምምዶችን ለማቆም እርምጃ መውሰድ አስፈላጊ ነው፡፡ ከዚያም በተጨማሪ፣ ለምሳሌ፣ በሳምንት ቢያንስ ሶስት ቀን የ30 ደቂቃ ስፖርትን የመስራት እቅድ ማውጣት ትችላለህ፡፡

9. የሌለህ ነገር ላይ ሳይሆን ያለህ ነገር ላይ አተኩር

በሌለህ፣ ባጠረህና ባልቻልክበት ነገር አንጻር ቤተሰቦችህም ሆኑ ጓደኞችህ የሃሳብ ድብደባ ሲያደርጉብህ አድገህ ሊሆን ይችላል፡፡ እነዚህ ሁኔታዎች በስሜትህ ላይ ቀላል ጫና አያስከትሉም፡፡ አንተም በእነዚህ በማትችላቸውና በማይሳኩልህ ነገሮች ላይ የምታተኩር ሰው እንድትሆን አስለምደውህ ሊሆን ይችላል፡፡ ወሳኙን ነገር ግን አትዘንጋ - ወሳኙ ነገር የምትችላቸውና የማትችላቸው ሁኔታዎቹ ሳይሆኑ ለሁኔታዎቹ የምትሰጠው ምላሽ ነው፡፡ ያሉህን ነገሮች ወደተሻለ ደረጃ የመሸጋገሪያ ደረጃዎች፣ የሌሉህን ነገሮች ደግሞ የፈጠራ ብቃትህን የማሻሻያ ነጥቦች የማድረግን ነገር ልታስብ ትችላለህ፡፡ ይህንን ማድረግ ስትጀምር፣ "አይሆንም … አይቻልም … አለቀልኝ …" የሚሉት ሃሳቦች ከአንተ ሲሸሹ ታያለህ፡፡

ለምሳሌ፣ ጓደኛ ያጣህባቸውን ጊዜአት ለማንበብ፣ ገንዘብ የሌለህን ጊዜ አእምሮህ የገንዘብን ምንጭ እንዲፈጥር የማሰብና የመሳሰሉትን የኑሮ ዘይቤዎችን መለማመድ ትችላለህ፡፡ ይህንን አይነት ዝንባሌ ማዳበር ቁጭ ብሎ የገጠመኞችና የሁኔታዎች መከማቻ ከመሆን ያወጣሃል፡፡ በምትኩ፣ ውስጥህን ለማሻሻልና ካለህበት ደረጃ ወደሚቀጥለው ደረጃ ለመሸጋገር የምትጥር ሰው እንድትሆን መንገዱን ይጠርግልሃል፡፡ ካመንክበትና ራስህን አዘጋጅተህ በጽኑ ከተከታተልከው ልትወጣው የማትችለው ተራራ እንደሌለህና መሻሻል የምትመኝበት ደረጃ ለመድረስ እንደምትችል ላስታውስህ፡፡

10. ከእያንዳንዱ ልምምዶችሽ ትምህርትን ቅሰሚ

በሕይወት ዘመንሽ ከችግርና ከተግዳሮት ነጻ የምትሆኚበት አንድም ጊዜ ሊኖር በፍጹም አይችልም፡፡ እውነታው ይህ ከሆነ፣ ቁጭ ብለሽ “ለምን ይህ ደረሰብኝ? ... ለምንስ ያኛው ነገር ሆነብኝ?” ከማለት ይልቅ አንደኛሽን ከችግርህ ሁሉ እንዴት ትምህርትን መቅሰም እንደምትችይ ራስሽን ማዘጋጀቱ የተሻለ አማራጭ ነው፡፡ ራስን ለተማሪነት ማዘጋጀት አማራጭ የሌለው መንገድ ነው፡፡ ትምህርት ደግሞ በትምህርት ተቋማት ብቻ አይደለም የሚገኘው፡፡ ልቡናውን ለከፈተና ለማስተዋል ለወሰነ ሰው የቀን ተቀን ኑሮ የሚሰጠው ትምህርት ተግባራዊነቱ እጅግ የላቀ ነው፡፡

ለምሳሌ፣ ሰውን በጣም አምነሽ ሳይታመን ካገኘሽው ለሚቀጥለው ጊዜ ራስሽን እንዴት ልትጠብቂ እንደምትችይና ሰዎችን በጥበብ መያዝ እንደምትችይ ትምህርትን ልታገኚ ትችያለሽ፡፡ ይህንን ከመሰሉ ገጠመኞችሽም ሆነ ከሰዎች ሁኔታና እንዲሁም ከየቀኑ ትግልሽ ብዙ የምትማሪያቸው ትምህርቶች አሉሽ፡፡ እነዚህ ትምህርቶች ናቸው ለነገ የሕይወት ውጣ ውረድ የሚያዘጋጁሽ፡፡ ከሕይወት ከፍታና ዝቅታ የምታገኚው ዋና ትምህርት ለወደፊቱ የምታገኚያቸውን ስኬቶችም ሆነ የሚገጥሙሽን ተግዳሮቶች አያያዙን የማወቅ ትምህርት ነው፡፡

የስሜት ብልህነት የግልን ስሜት ከማወቅና ከማስተዳደር ያለፈ ነው፡፡ የሌላውንም ስሜት ለይቶ የማወቅን ብልህነት ያጠቃልላል፡፡ የሌሎችን ስሜት የማወቅን ብልህነት ለማዳበር የሚቀጥለውን ምእራፍ እንመለከታለን፡፡

የስሜት ብልህነት
በቤተሰብ አመራር አለም

===============================

አቶ አቻቸው የአንድ ሚስት ባልና የስድስት በላይ በላዩ የተወለዱ ልጆች አባት ናቸው። ማለዳ በመነሳት፣ ስራ መስክ ላይ በሰዓት በመድረስና በጠንካራ ሰራተኝነት ማንም አይመጥናቸውም። ሆኖም፣ የገቢ ምንጫቸውና የቤተሰባቸው ወጪ ስላልተመጣጠነ በቤተሰብ አካባቢ ፋታ የማይሰጥ ውጥረት አለባቸው። አንዱን ሞላሁት ሲሉ ሌላው ብቅ ይላል። ያኛውን ደፈንኩት ብለው ሊቀመጡ ሲሉ ሌላኛው ቀዳዳ "እኔስ?" በማለት ይጮሃል። ውጥረቱ ከባድ ነበር።

አቶ አቻቸውንና የቤት እመቤት የሆኑትን ባለቤታቸውን ዘወትር የሚያጋጩ ተጨማሪ ጉዳዮች አሉ። ባለቤታቸው ቁጡና ብስጩ ናቸው። "ከዚህ የተሻለ ገንዘብ ማምጣት አቃተህ?" የሚለው ንግግራቸው ዘወትር ለባልየው የራስ ምታትና ቁስል ነው። እቤት ውስጥ የተከሰተ ነገር ካለ ወይም ሚስትየው በሃሳባቸው ውልብ ያለ የንጭንጭ ነጥብ ካለ አቶ አቻቸው ከስራ እስኪመለሱ እንኳ አይጠበቁም። እድሜ ለሞባይል። የአቶ አቻቸው ስልክ በየ23 ደቂቃው ያቃጭላል። ስልክ ካልተነሳ ሌላ ጉዳይ ነው። ይህ ሳያንስ፣ ከልጆቻቸው መካከል ያገኘውን ነገር ሁሉ የመስረቅ ባህሪይ ያለው አንድ ልጅ አላቸው። ይህ ልጅ እቤት እያለ ምንም አይነት የገንዘብ መጠን አስቀምጦ ዞር ማለት አይቻልም፤ የሚሸጥ እቃም ካለ አንድም አይቀረው።

በአቶ አቻቸው አመለካከት፣ "ሁኔታዎችን በውስጥ አምቆ ይዞ ማብሰልሰልና መብሰል" ይሻላል። ስለዚህ ዝም ብለው ማሳለፍን መርጠዋል፣ ውስጣቸው ግን ሊፈነዳ ደርሷል። በተቃራኒው፣ ሚስታቸው ያሰቡትን ነገር ልቅ በሆኑ ቃላት ከመናገር ማንም አይመልሳቸውም። ለእሳቸው ሃሳብ ማለት፣ "መጣ፣ ወጣ" ነው። አቶ አቻቸው በገቡና በወጡ ቁጥር አጥንት ውስጥ የሚገቡ ንግግሮችን

ከሚስታቸው ይሰማሉ፡፡ በተለይም፣ “ሌላው ለቤቱና ለባለቤቱ ስንት ነገር ያደርጋል አንተ ግን ... “ የሚለው ከሌሎች ባሎች ጋር የማነጻጸር ንግግራቸው የአቶ አቻቸውን ሞራል የጣለ ቀንደኛ ንግግር ነው፡፡ ነገሩን ያባባሰው ግን ሁሉም ነገር የሚነገረው በልጆች ፊት በመሆኑ ነው፡፡

አንድ ቀን አቶ አቻቸው ያመቁት ስሜት ሲበዛባቸው ለማንም ሳይናገሩ ቤቱን ጥለው ጠፉ፡፡ ከዚያ በኋላ የት እንዳሉ በማይታወቅ ሁኔታ ደብዛቸው ጠፋ፡፡ በወሬ እንደሚሰማው ግን አንድ የገጠር ከተማ አካባቢ አእምሮአቸውን ነካ አድርጓቸው መንገድ ላይ ለብቻቸው እያወሩ ሲሄዱ ታይተዋል ይባላል፡፡ ከዚያን ጊዜ ጀምሮ ቤተሰቡ ሁሉ በየዘመዱ ተበታተነ፡፡

ምን ይመስልሻል?

- አቶ አቻቸው የነበረባቸውን የኢኮኖሚና የቤተሰብ ውጥረት በምን መልክ ቢይዙት ይሻል ነበር ትያለሽ?
- ከአቶ አቻቸው ነገሮችን አምቆ የመያዝ ባህሪና ከባለቤታቸው የመጣላቸውን ሃሳብ ሁሉ ቃላት ሳይመርጡ ከመናገር የትኛው ለቤተሰቡ ችግር መፋፋም አስተዋጽኦ ያደረገ ይመስልሻል? ለምን?
- በእነዚህ ባልና ሚስት መካከል ያለው ችግር እንዲፈታ በመጀመሪያ ባህሪይውን ሊለውጥ ይገባዋል ብለሽ የምታምኚው ማንን ነው? ለምን?

8.

የሰዎችን ስሜት የማወቅ ብልህነት

“እኔነተኝነትና በራስ መዋጥ ሰዎች የሚያልፉበትን ሁኔታ የመገንዘባችንን አቅም ሁሉ ይገድለዋል፡፡ በራሳችን ላይ ብቻ ስናተኩር ችግሮቻችንና መባዘናችን እየጎሉ ይሄዳሉ፡፡ በሌሎች ሰዎች ላይ ስናተኩር ግን አለማችን ሰፋ ትልልናለች” - Daniel Goleman

---

የሰዎችን ስሜት ማወቅ ማለት በአንድ ሁኔታ ውስጥ ያሉ ሰዎች ምን እንደተሰማቸው ለይቶ የማወቅ ብልህነት ነው፡፡ ይህንን ለማድረግ ሁለት ዋና ዋና ነገሮች ይጠይቃል፡- ማዳመጥና በሚገባ በመመልከት ማጤን፡፡ እነዚህን ሁለት መንገዶች መከተል ማለት፣ ምንም እንኳ ሰዎች የሚሰማቸው ስሜት ባይሰማኝ እንኳ ስሜታቸውን በሚገባ ለመገንዘብ ራስን ማቅረብ ማለት ነው፡፡

ከዚህ በታች በተጠቀሱት ነጥቦች ውስጥ እንደምንመለከተው የሰዎችን ስሜት የማወቅ ብልህነት በሰዎች ላይ ያለውን “የስሜት ቋንቋ” የማንበብንና ለዚያ ስሜት ትክክለኛውን ምላሽ ለመስጠት የመዘጋጀትን ብቃት ማዳበርን የሚጠይቅ ጉዳይ ነው፡፡

አስር የሰዎችን ስሜት የማወቂያ ስልቶች

1. የእንቅስቃሴ ቋንቋዎችን አንብብ

የሰዎችን ስሜት ለማወቅ የአካል እንቅስቃሴአቸውን ማየት ዋነኛው መንገድ ነው:: ጥናቶች እንደሚጠቁሙን፣ የሰዎች የግንኙነት መልእክት ዘጠና ሶስት በመቶው (93%) የሚንጸባረቀው በሁኔታቸው ላይ ነው:: በቃላት የሚያስተላልፉት መልእክት የግንኙነታቸውን ሰባት በመቶ (7%) ብቻ የያዘ ነው:: በሁኔታ ካስተላለፏቸው ከዘጠና ሶስት በመቶው (93%) መልእክቶች ደግሞ ሰባ በመቶውን(70%) በአይናቸው ነው የሚያስተላልፉት:: ይህ የጥናት እውነታ ለሰዎች ሁኔታ ምን ያህል ትኩረት መስጠት እንዳብን ያመላክተናል::

ለምሳሌ፣ አንገትን የማቀርቀር ሁኔታ፣ ወደታች የሚያዩ አይኖች ሁኔታ፣ የእጅ ማጣመር ሁኔታ፣ ለመሳቅ መሞከር ከፊት ገጽታ ጋር ያለመጣጣም ሁኔታ ስለሰውየው ስሜት ብዙ ሊነግረን ይችላል:: የሰዎችን ሁኔታ አይተን በጠንካራ አሉታዊ ስሜት ስር እንዳሉ ካሰብን ራሳችንን ለድጋፍ ለማቅረብ የሚረዱ ጥያቄዎችን መጠየቅ እንችላለን:: በማህበራዊ ኑሮ ብቃታቸው በመብሰል ብዙዎችን ወደመምራት የዘለቁ ሰዎች ካላቸው ብቃት መካከል አንዱ ይህ የሰዎችን ስሜት የማንበብና ለዚያም ላነበቡት ስሜት ተገቢውን አቀራረብ የመጠቀም ዝንባሌ ነው::

2. ጊዜን የመለየትን ጥበብ አዳብሪ

የምንናገራቸው ነገሮችም ሆኑ ለሰዎች የምናሳያቸው ሁኔታዎች ከጊዜው ጋር ካልተጣጣሙ የተጠበቀውን ውጤት አያመጡም:: ከሰዎች ጋር የምንጀምራቸው ሃሳቦች ወይም የምንጠይቃቸው ጥያቄዎች ከሰዎቹ የወቅቱ ሁኔታ ጋር ካልተገናዘበ ጊዜውን አልጠበቀም ማለት ነው:: አንድን መልእክት የግድ ማስተላለፍ እንዳለብን ብናውቅም እንኳ እንደ ወቅቱ ሁኔታ አመቺ ጊዜን የመፈለግ ወይም የአነጋገርን ዘይቤ እንደ

ሁኔታቸው የመቃኘት ብልህነት ማዳበር እንችላለን፡፡ ይህ ሰው በምን አይነት ስሜት ውስጥ ነው ያለው? በምንስ መልኩ ልቅረበው? የሚሉ ጥያቄዎች የብልህ ሰው ጥያቄዎች ናቸው፡፡

ለምሳሌ፣ ከስራ ቦታ በጣም አዝኖና ተጎድቶ የመጣን ሰው እንዳገኘሺው ለመዝናናት ስላላችሁ እቅድ ለመነጋገር መጀመር መስመሩን የሳተ ንግግር ሊሆን ይችላል፡፡ በጣም ካዘነበት ስሜት ሳይወጣ ወይም ደግሞ በቂ አድማጭ አግኝቶ ሳይተነፍሰው ስለመዝናናት የማሰብ ዝንባሌ ላይኖረው ይችላል፡፡ ሰዎች ዛሬ በአንድ ጨለምተኛ ስሜት ተጽእኖ ውስጥ ሆነው የሰሙትንና መልካም ምላሽ ያልሰጡበትን ሃሳብ ነገ በበራ ስሜት ውስጥ ሆነው ሲሰሙት ሌላ ምላሽ ነው የሚሰጡት፡፡ ይህንን የሚለይ ሰው በስሜት ብልህነት ያደገ ሰው ነው፡፡

3. ለማህበራዊ ግንኙነቶችህ አስቀድመህ አቅድ

“ከሰዎች ጋር ላለህ ቀጠሮ በቂ ዝግጅትን አድርግ” የሚለውን ሃሳብ ሲሰሙ ያንን ማድረግ እጅግ አድካሚ የሚመስላቸው ሰዎች አሉ፡፡ ሁኔታው ግን እጅግ መሰረታዊና ከለመድነው እንደማንኛውም ቀላል የሕይወት ዝግጅት ሊፈስስልን የሚችል ሁኔታ ነው - ሊበሉ ሲሉ እጅን በመታጠብ ዝግጅት እንደማድረግ ማለት ነው፡፡ ከአንድ ሰው ወይ ከአንድ በማህበር ወደተሰበሰበ ቡድን መካከል ለመገኘት ስሄድ ዝም ብዬ ከማንም ሰው ጋር ልገናኝ እንደምሄድ መሄድ አልችልም፡፡ ከማገኘው ሰው ወይም ለስብሰባ ከተጠራሁበት ቡድን አንጻር ሁኔታዬን መቃኘት አስፈላጊ ነው፡፡

ለምሳሌ፣ የተጠራህበት ስብሰባ ምን አይነት እንደሆነ በማወቅ ከአንተ ምን እንደሚጠበቅ መለየትና ለዚያ ነገር ምን አይነት ዝግጅት ማድረግ እንዳለብህ መለየት “ማህበራዊ ስሜትን ማወቅ” ማለት ነው፡፡ በሌላ አባባል ከዚህ ሰው ጋር ወይም ከእነዚህ ሰዎች ጋር የምገናኘው ለምንድን ነው? የሚለውን ጥያቄ መመለስ ራስህን ከግንኙነቱ አንጻር እንድትቃኝ ይረዳሃል፡፡ ይህ የቅኝት ሁኔታ አለባበስህ፣ ስትነጋገር

የምትጠቀማቸውን ቃላቶችና የመሳሰሉትን ሁሉ የሚያጠቃልል ሁኔታ ነው፡፡ ይህ የስሜት ብልህነት ክፍል የሰዎችን ስሜት ወይም ሁኔታ በማወቅ የመኖርን ሁኔታ የሚያሳይ ነው፡፡

4. በግንኙነት ወቅት አእምሮህን ነጻ አድርግ

አእምሮህን ነጻ የማድረጊያው ቀዳሚ መንገድ ሰዎቹ ሲናገሩ አለማቋረጥና እነሱ ሲናገሩ መልስን አለማሰላሰል ነው፡፡ ከዚህ የበለጠ የሰዎችን ስሜት የማንበቢያ መንገድ የለም፡፡ ምክንያቱም ሰዎቹ ሲናገሩ ሃሳቤ ሌላን ነገር የሚያወጣና የሚያወርድ ከሆነ የማደምጠው ቃላቸውን ብቻ ነው፡፡ ሰዎች ከቃላቸው ጋር ከሚያስተላልፉት የሁኔታና የስሜት ቋንቋ ጋር ትተላለፋለህ፡፡ ይህ በሚሆንበት ጊዜ ለሰዎቹ ንግግር የምትሰጠው ምላሽ ቃላቸውን ብቻ ያካተተ፣ ስሜታቸውንና ለማስተላለፍ የፈለጉትን እውነተኛውን መልእክት ግን ያልነካ ይሆናል፡፡ ሁኔታው ለሰዎቹ ተስፋ አስቆራጭ ሊሆን ይችላል፡፡

ለምሳሌ፣ ሰዎች ሲናገሩ አይን አይናቸውን ማየትና የሚናገሩትን ሃሳብ ጠቀስ በማድረግ እየሰማናቸው መሆናችንን ማረጋገጥ እንችላለን፡፡ በዚህ መልኩ እነሱን ሙሉ ለሙሉ ለማድመጥ ራስን መስጠት አስፈላጊ ነው፡፡ ይህ በሚሆንበት ጊዜ የምናደምጠው ቃላቶቹን ብቻ መሆኑን ይቀርና፤ የሰዎቹን የድምጽ ሁኔታ፣ ያለፉበትን ነገር፣ ስጋታቸውንና የመሳሰሉትን ነገሮች ጭምር ማድመጥ እንጀምራለን፡፡ በአንድ ጎኑ በዚያ መልኩ በማድመጣችን የሰዎቹን እውነተኛ ሁኔታ በቃል ሊገልጡት ካሰቡት በበለጠ ሁኔታ ስንገነዘባቸው፣ በሌላ ጎኑ ደግሞ ሰዎች ያንን ሁኔታችንን አይተው ተጽእኖ ያድርባቸዋል፡፡

5. ባለህበት ቦታና ወቅት ውስጥ ኑር

በአንድ ቦታ ስትሆን በእርግጥም "በዚያ ቦታ ሁን" ማለት አካልህ እዚህ ልቦናህ ሌላ ቦታ አይኑር ማለት ነው፡፡ ከሰዎች ጋር በግልም ወይም ደግሞ በስብሰባ ላይ እያሉ በሃሳብ

የመባከን ጉዳይ በብዙ ሰዎች የተለመደ ሁኔታ ነው፡፡ ስለ ትናንትናና ስለ ነገ ማሰብህን ትተህ በዚያ ሰዓትና በዚያ ቦታ ባለው ነገር ላይ ማተኮር የማህበራዊ የስሜት ብልህነት ነው፡፡ ይህንን ማድረግ የሚጠቅመው በተገኘህበት ስፍራ የሚተላለፈውን ሃሳብና የሚነገረውን የቃላት ልውውጥ ብቻ ሳይሆን በስፍራው ያለውን ድባብ እንድትገነዘበው ይረዳሃል፡፡

ለምሳሌ፣ ከአንድ ሰው ጋር ስታሳልፍ ከዚህ በፊት ከሰዎች ጋር አሳልፈህ ስለሆነብህ ነገር የምታሰላስል ከሆነ ወይም ደግሞ ነገ ሊሆን ስለሚችለው ነገር የምትጨነቅ ከሆነ ሁኔታው ግንኙነትህ ውስጥ ጣልቃ ይገባል፡፡ ለዚያ በወቅቱ ለተገኘህበት ስፍራና ላገኘኸው ሰው የራሱ የሆነ እድል ልትሰጠው ይገባል እንጂ ባለፈው ከነበረህ ልምምድ አንጻር በስሜታዊነት መቅረብ የለብህም፡፡ ምንም እንኳ ካለፈው ልምምድህ የተነሳ ስለሰዎችም ሆነ ስለአንዳንድ ሁኔታዎች ያለህ ግንዛቤ ሰፋ ያለ ቢሆንም ሁሉንም ሰዎችና ሁኔታዎች በአንድ ልምምድ ስር ጨፍልቆ ማየት የብልህ ሰው ምልክቱ አይደለም፡፡

6. ጉዞው የፍጻሜውን ያህል አስፈላጊ እንደሆነ አስታውስ

አብዛኛውን ጊዜ ወደ አንድ ቦታ ለመድረስ መሮጣችንን እንጂ ወደዚያ ስንሄድ በመንገድ ላይ ያለውን ደስ የሚያሰኙ ሁኔታዎች ወይም ለትምህርት የሚሆኑንን ነገሮች አናስብም፡፡ በተመሳሳይ ሁኔታ ከአንድ ሰው ጋር ያለንን ጉዞ ዘወትር በጋራ ያለን አላማ ላይ ለመድረስ የመታገሉ ሁኔታ ላይ ብቻ ካተኮርን ከሰውየው ጋር ያለን ጉዞ የደስታ ምንጭ ሊሆነን አይችልም፡፡ በምትኩ አይናችን ከግቡ ሳይነሳ በተጨማሪም ወደአላማው ያለንን ጉዞ ሰውየውን የማወቅ፣ ከእርሱ ትምህርትን የማግኘት፣ ለስሜቱ የመጠንቀቅና የመሳሰሉትን ሁኔታዎች ማካተት እንችላለን፡፡

ለምሳሌ፣ ነግደህ ገንዘብ ለማግኘት የምታሳልፈውን ቀን ገንዘብ ማግኘትህ ላይ ብቻ አታተኩር፡፡ በምትኩ፣ በሂደቱ የምትደሰትበትንና የውስጥ እርካታና ከሰዎች የምታገኘውን ትምህርታዊ እይታ ለመመልከት ልቦናህን መክፈት ትችላለህ፡፡ ምናልባት

የንግድ አጋር ካለህ ከዚያ ሰው ጋር ያለህን የንግድና ትርፍ የማግኘት ጎዳና በደስታና በሰላም የተሞላ እንዲሆን ማድረግ ትችላለህ፡፡ በፍጻሜው ማየት የምትፈልጉት ትርፍን የማግኘትን ሁኔታ ቢሆንም ጉዞው በንግዱ አለም በየቀኑ የሚከናወነው ሁኔታና ከአጋርህ ጋር ያለህ ግንኙነት ነው፡፡ ይህ ጉዞ የግቡን ያህል አስፈላጊ መሆኑን አትዘንጋ፡፡

7. ሰዎችን የማጤን ፕሮግራም አውጪ

ሕብረተሰብህን ለማጤን ጊዜን ለራስሽ ስጪው፡፡ በስራ ቦታ፣ በየካፌውና በተለያዩ ቦታዎች ያለሽን ጊዜ ሰዎች እንዴት እንደሚኖሩ፣ ለገጠመኞቻቸው ምን አይነት ምላሽ እንደሚሰጡ ማስተዋልህ ለትምህርት ይሆንልሻል፡፡ ይህንን ማድረግህ የምትኖሪበትን ሕብረተሰብ እንድትገነዘቢው ይረዳሻል፡፡ የምትኖሪበትን ሕብረተሰብ ባህሪይ፣ ስጋትና የሚያጓጓውን ሁኔታ ስትገነዘቢ ለሕብረተሰቡ ሁኔታ የምትሰጪው ምላሽ ስሜታዊና ጽንፈኛ መሆኑ ይቀርና ካካበትሽው ግንዛቤ የመነጨ ይሆናል፡፡ ይህ ሁኔታ "በተርታ" ማንነት በሚኖሩና በስሜት ብልህነት በሚኖሩ ሰዎች መካከል ያለ ልዩነት ነው፡፡

ለምሳሌ፣ የስራ ቀናችንን በብዙ መልኩ ልንማርበት እንችላለን፡፡ ከቤት ተነስተን በታክሲ ተሳፍረን የምንሄድበት ጊዜ ከብዙ ሰዎች ገጸ-ባህሪ ትምህርት ልንወስድ እንችላለን፡፡ በተጨማሪም፣ በስራ ቦታ ያሉ ሰዎች ሁኔታ ለብዙ እይታ ምክንያት ሊሆነን ይችላል፡፡ ይህንን አትዘንጊ፣ ሰዎች ከዚህ የተሻለ ቢያውቁ ኖሮ ለሁኔታቸውና ለገጠመኞቻቸው ከዚህ የተሻለ ምላሽ ይሰጡ ነበር፡፡ ይህንን እውነታ ማወቅ ዝንባሌሽን ከመፍረድ ከመበሳጨትና በህብረተሰቡ ተስፋ ከመቁረጥ ይልቅ የችግሩን ምንጭ አውቀሽ የመፍትሄ አካል ለመሆን ራስሽን እንድታቀርቢ ያነሳሳሻል፡፡

8. ባህልን እወቅ

ማህበራዊ ግንኙነት የምታደርግበት ቦታ ሁሉ የራሱ የሆነ ባህል አለው፡፡ ስለዚህ፣ ከመቀላቀልህ በፊት ስለአካባቢው ባህል ለይተህ ለማወቅ ሞክር፡፡ ባህል ማለት "ድምጽ

አልባ ቋንቋ” በመባል የሚታወቅ በአንድ ማህበረሰብ ውስጥ ያለ ሕዝብ ሳይነጋገር የሚግባባበት “ንግግር” ነው:: የአንድን ማህበራዊ የሰዎች ጥርቅም ባህል ማወቅና ማክበር ማለት ከአጉል ባህላቸው ጋር የመተባበር ሁኔታ ማለት አይደለም:: አመለካከታቸውን ለይቶ በማወቅ በቶሎ አለመፍረድ፣ እንዲሁም ደግሞ ብትከተለው ለጋራ ጥቅም የሚውለውን ጤናማ አመለካከታቸውን ማወቅና መተባበር ማለት ነው::

ለምሳሌ፣ አንተ የለመድከው ድምጽን ከፍ አድርጎ የመጫወትና የማውራት ሁኔታ ከሆነና አሁን የመጣህበት ቡድን ቦታ የተረጋጋ የድምጽ ሁኔታን የለመደ ባህል ያለው ከሆነ ባህላቸውን ማወቅና አብሮ መፍሰስ ዘላቂ ስኬትን ይሰጥሃል:: ይህ ሁኔታ በአለም አቀፍ የቢዝነስና የዲፕሎማሲያዊ ግንኙነት በሚያደርጉ ሰዎች መካከል ያለውን የስኬታማነት ደረጃ የሚለይ ሁኔታ ነው:: ሁሉን ሰውና ባህል በራሳቸው እይታና አቀራረብ ጨፍልቆ ለመቅረብ የሚሞክሩ ሰዎች ስሜታቸው አናሳ ነው:: ሰዎች የባህላቸውን ቋንቋ ሲሰሙ ለአቀራረብህ የበለጠ ትኩረት ይሰጥሃል::

9. ራስህን በሰዎች “ጫማ” ውስጥ አድርግ

ራስን በሰዎች ጫማ ማድረግ ማለት በዚያ ሁኔታ ያለው ሰው ከእኔ የተለየ ልምምድና እይታ እንዳለው በማወቅ እርሱ የሚሰማውን ስሜት ለማግኘት መሞከር ማለት ነው:: የተለያዩ ሰዎች በአንድ አይነት ሁኔታ ውስጥ አልፈው አንድ አይነት ስሜት ሊኖራቸው አይችልም:: ስለሆነም፣ ሰዎች የሚያልፉበትን ሁኔታ በራሴ የእይታ ድምዳሜ ማየትና በሚሰጡት ምላሽ ላይ ልፈርድ አይገባኝም:: ይህንን ማህበራዊ ብልህነት ለማዳበር እንዲህ ብለህ ራስህን ልትጠይቅ ትችላለህ፣ “እኔ ይህንን ሰው ብሆን ... ምን አደርግ ነበር ወይም ምን ይሰማኝ ነበር? ይህ ሰውስ ከእኔ በምን ይለያል?”

ለምሳሌ፣ ከተለየ ጾታ ጋር በአንድ ጉዳይ ላይ ሃሳብ ስትለዋወጥ ከራስህ የጾታ ሁኔታ አንጻር ብቻ ነገሩን በማጤን ድምዳሜ ላይ መድረስ አስቸጋሪ ነው:: በተመሳሳይ ሁኔታ የዚያኛውን ሰው እይታ ለማየት ራስህን ማዘጋጀት አስፈላጊ ነው:: ሰው እንደጾታው፣

እንደ እድሜ ደረጃውና እንደ ማንነት ዝንባሌው ከገጠመኞቹ ጋር የሚያደረገው ምልልስ የተለያየ ነው፡፡ ይህንን መገንዘብ ራስህን እንደሰውየው ሁኔታ አድርገህ በማቅረብ የመፍትሄ ምክንያት እንድትሆን ይረዳሃል፡፡ ከዚህ የበለጠ ስሜታዊ ብልህነት የት ይገኛል?

10. ትልቁን ስእል ለማየት ተጣጣር

የግላችን መነጽር የራሱ የሆነ ቀለም አለው፡፡ ሰፊውን ስእል ለማየት ግን የግድ የሌሎችን መነጽር መበደር አንዲሁም ደግሞ ሁኔታዎችን ከተለያዩ ያንን ሁኔታ ከከበቡት ጉዳዮች አንጻር መመልከት የግድ ነው፡፡ ነገሮችን ከሌሎች ሰዎች እይታ ለማየት ራስን ማቅረብ ትልቅ ጀግንነትና የስሜት ጽንአት የሚጠይቅ ጉዳይ ነው፡፡ በተለይም ሰዎች በአንተ ላይም ሆነ በመከናወን ላይ ባለው ሁኔታ ላይ ያላቸውን እይታ ቀረብ ብለህ ስታጤነው ከምትገምተው በላይ ለየት ብሎ ልታገኘው ትችላለህ፡፡ ይህ በቀላሉ ልታየው የሚገባ ሁኔታ አይደለም፡፡

ለምሳሌ፣ የሰዎችን ስሜት ለማወቅ ሰዎች ስለአንተ ያላቸውን አመለካከት በግልጽነት እንዲናገሩ መፍቀድ ትችላለህ፡፡ ሰዎች ስለአንተም ሆነ ስላላችሁበት ሁኔታ በግልጽነት የመናገር እድል ሲያገኙ የሚናገሩት ነገር ያስደንቅሃል፤ ምን ያህልም ከማህበራዊ እውነታ እንደተራራቅህ ታስተውላለህ፡፡ የእይታ ክፍተት የብዙ አለመግባባቶች ምንጭ እንደሆነ ይታመናል፡፡ የእይታ ልዩነት በተስተካከለ መጠን አብሮ የመሄድ ሁኔታም እንዲሁ! ከብዙ ችግርና ውጣ ውረድ በኋላ፣ "እንዲህ መስሎኝ ነበር" በሚለው ቃል የተፈቱ ስንት ችግሮች እንደነበሩ ካለፈው ልምድህ ማስተዋል አዳጋች አይደለም፡፡

አንድ ሰው የሰዎችን ስሜት የመለየትን ብልህነት ካዳበረ በኋላ በመቀጠል ያንን የለየውን የሰዎች ስሜት እንዴት ማስተዳደር እንደሚገባው ጠንቅቆ ሊያውቅ ይገባዋል፡፡ የሚቀጥለው ምእራፍ ያንን እርምጃ ከመውሰድ የሚጠቅሙ እውነታዎችን ይዟል፡፡

9.

የሰዎችን ስሜት የ“ማስተዳደር” ብልህነት

“ሊያበሳጭህና ሊያስቆጣህ ብቃት ያለው ሰው ሁሉ ገዢህ የመሆን ብቃት አለው” – Epictetus

የሰዎችን ስሜት “ማስተዳደር” ማለት ባደረኩት ስሜታቸውን የማወቅ ጉዞ ያገኘሁትን ግንዛቤ በመጠቀም ሰዎቹን በስኬታማ ሁኔታ አያያዝ ማወቅ ማለት ነው፡፡ የዚህ አይነቱ የስሜት ብልህነት መነሻውም የራስን ማንነት በሚገባ ከማወቅና ከመደላደል ነው፡፡ እንዲህ አይነቱ የራሱን ማንነት በማወቅ የተደላደለ ሰው የሌሎችን ሰዎች ስሜት ለመገንዘብ፣ በሚገባ ለመያዝና ተገቢውን ምላሽ ለመስጠት የተዘጋጀ ሰው ነው፡፡ ግልጽ የሆነን የግንኙነት መስመር የመፍጠር ብቃትና አለመግባባትን የመፍታት ጥበብ በዋናነት የሚጠቀሱ ነጥቦች ናቸው፡፡

ሰዎችን በሚገባ ስናውቃቸውና የስሜታቸው መንስኤ ምን እንደሆነ በመረዳት ስንጠጋቸው ግንኙነታችን ስኬታማ ይሆናል፡፡ ይህንን ለማድረግ እንዲረዱን የሚከተሉትን ነጥቦች እናጢን፡፡

አስር የሰዎችን ስሜት “የማስተዳደር” ስልቶች

1. ግልጽ በመሆን ግልጽነትን ጋብዝ

በስራ፣ በጓደኝነትም ሆነ በቤተሰብነት አብረን ከምንኳዛቸው ሰዎች ጋር የሚሰማንን ስሜትም ሆነ ስለተለያዩ ልምምዶቻችን ግልጽ መሆን ሰዎቹም እንዲሁ ግልጽ እንዲሆኑ በርን ይከፍታል፡፡ ሆኖም፣ ግልጽ በሆነ ግንኙነት ውስጥ የመግባባትና ፈታ ማለት እንዳለ ሁሉ ነጻ ሆነን የመቅረባችንን ሁኔታ አያያዙን ባላወቁበት ሰዎች የመጎዳት እድልም እንዳለ በማመን መዘጋጀት አለብህ፡፡ እንዲህ አይነቱ የግልጽነት ሕብረት ውስጥ ከማን ጋር መግባት እንዳለብንና ገደባችንም የቱ ጋር እንደሆነ ለይተን ማወቅና እንዲሁም ሁኔታውን ለጋራ ጥቅም መጠቀማችንን እርግጠኞች መሆን አለብን፡፡

ለምሳሌ፣ በተለያዩ የስሜት ውጣውረድ ውስጥ የሚያልፍን አንድ ሰው እኔ ባለፈው ሕይወቴ ካሳለፍኩት አዳጋች ሁኔታ የተነሳ አሁን የሚጋፋኝን የስሜት ሁኔታ ባጫውተው እሱም ወደዚያው ግልጽነት ሊመጣ ይችላል፡፡ ይህ የሚሆንበት ምክንያት አብዛኛውን ጊዜ ሰዎች የሚያልፉበትን ሁኔታ ሲያስቡ እነሱ ብቻ በዚያ ሁኔታ የሚያልፉና መወጣትም እንደማይችሉት ስለሚሰማቸው ነው፡፡ ሆኖም፣ የሚጋፋቸውን የስሜትና የገጠመኝ ውጣ ውረድ የሚጋራቸውና ያንንም በግልጽነት የሚያወራቸው ሰው ሲያገኙ እነሱም ለግልጽነት ይጋበዛሉ፡፡

2. የሚጋጩ መልእክቶችን አታስተላልፊ

በማንኛውም ጊዜ ሁለት አይነት መልእክቶችን እናስተላልፋለን፡፡ አንዱ በንግግር፣ ሌላው ደግሞ ቃል-አልባ በሆነ ሁኔታ፡፡ ሰዎች የሚሰሙት ንግግራችንን ብቻ አይደለም፣ የእለቱንም ሆነ የየእለቱን ሁኔታችንን በሚገባ ያጤናሉ፡፡ ሰዎች በጆሮአቸው ከሚሰሙት ነገር በበለጠ ሁኔታ የሚያዩትን የማመን ዝንባሌ አላቸው፡፡ የምንናገራቸው ነገሮችና የምናሳያቸው ሁኔታዎች የተለያዩ በሚሆኑበት ጊዜ ከሰዎች ጋር ያለን ግንኙነት ቀስ በቀስ

ማሽቆልቆል ይጀምራል፡፡ ይህ እንዳይሆን ከዚህ በፊት የተጋጩ መልእክቶች ያስተላለፍንባቸውን ሁኔታዎች ማስተካከልና የቃልና የሁኔታ መጣጣምን ማዳበር የግድ ነው፡፡

ለምሳሌ፣ በመንገድ ላይ ያለ አንድ የትራፊክ መብራት በአንድ ጊዜ አረንጓዴና ቀይ እየቀላቀለ ማሳየት ቢጀምር ሹፌሮች ግር ይላቸዋል፡፡ ለሰዎችም እንዲሁ በቃላችን የአክብሮትን ቃል እየነገርናቸው በሁኔታችን ምንም አክብሮት የሚያንጸባርቅ ነገር አድርገን ካላወቅን የተዘባረቀ መልእክትን እንሰጣቸዋለን፡፡ ይህም ሁኔታ ማህበራዊ ብልህነትን በፍጹም አያሳይም፡፡ በምናደርጋቸውም ማንኛውም የማህበራዊ ስራዎች ላይ አሉታዊ ተጽእኖ አለው፡፡ የምንናገረው ነገር በርግጥም ያመንንበት ነገር ሲሆን በተግባራችንም ላይ የሚንጸባረቀው ያው ስለሚሆን የሰዎችን አመኔታ እናገኛለን፡፡

3. "የስጦታ መጠቅለያ ወረቀቶችን" ተጠቀም

ሁለቱ "የስጦታ መጠቅለያ ወረቀቶች" በመባል የሚታወቁትና በስሜትና በማህበራዊ ብልህነት የበሰሉ ሰዎች የሚጠቀሙባቸው ቃላቶች "እባክህ" እና "አመሰግናለሁ" ናቸው፡፡ ከሰዎች ጋር የምናደርጋቸውን ነገሮች በእነዚህ ቃላቶች ጀምረን ብንጨርስ ከሰዎቹ ጋር ያለን ግንኙነት ያማረ ይሆናል፡፡ ከእነዚህ ሁለት ቃላት በተጨማሪ፣ ስህተት የሰራህ በመሰለህ ጊዜ ሁሉ፣ "ይቅርታ" የሚለውን ቃል መጨመር ተወዳጅና ተከባሪ ያደርግሃል፣ እንዲሁም ሰዎች አብረውህ መሆን እንዲመኙና በተጽእኖህ ስር እንዲሆኑ ይጋብዛቸዋል፡፡

ለምሳሌ፣ በስርህ ሆነው የሚሰሩ ሰዎች፣ በተለያየ ነገር የሚደግፉህ የቅርብ ጓደኞችህና ሌሎችም ለምሳሌ፣ ሻይ የታዘዙህን አይነት ሰዎች "በእባክህ" እና "በአመሰግናለሁ" ጀምሮ መጨረስ የማህበራዊ ብልህነትህን ይጨምረዋል፡፡ አንዳንድ ሰዎች እነዚህን ቃላቶች መጠቀም የደካማነት ምልክት ይመስላቸዋል፡፡ ይህ ከእውነት የራቀ አመለካከት ነው፡፡ ከዚህ በፊት "እባክህ" ከተባልክ፤ ከዚህ በፊት "አመሰግናለሁ" ተብለህ ካወቅህ፤

ከዚህ በፊት ሰዎች ሲሳሳቱ “ይቅርታ” ብለውህ ካወቁ አንተም ከሌሎች ሰዎች ጋር እነዚህን እውነታዎች መለማመድ ይገባሃል።

4. ዓላማ-መር ስሜታዊነትን ተለማመዷ

ዓላማ-መር ስሜታዊነት ማለት አንድን ስሜት የሚያነሳሳ ሁኔታ እንደተፈጠረ ወዲያው ምላሽ ከመስጠት ይልቅ በተረጋጋ መንፈስ ስለነገሩ በማሰብ ትክክለኛውን ውጤት ለማግኘት፣ ትክክለኛውን ምላሽ በትክክለኛው ሁኔታ ለመግለጽ ማሰብ ማለት ነው። በአለማችን ላይ የምናስተውላቸው አብዛኛዎቹ ችግሮቻችን ስሜትን በቅጡ ካለመጠቀም የሚመነጩ ናቸው። የፈረሰን ትዳር፣ በማረሚያ ቤት የሚገኙን አንዳንድ ሰዎችም ሆነ አጉል ውሳኔ ውስጥ የገባን አንድ ሰው ስንመለከት በቶሎ የሚታየን ስሜቱን በሚገባ ያልገለጠን ሰው ነው።

ለምሳሌ፣ ሁሉም ሰው በአንድም ወቅት ሆነ በሌላ ይቆጣል። ሆኖም፣ ከትክክለኛው ሰው ጋር፣ በትክክለኛው ጊዜ፣ በትክክለኛው ነገር፣ በትክክለኛው መጠንና በትክክለኛው መንገድ ቁጣን መግለጥ በስሜታዊና በማህበራዊ ብልህነት የበሰለ ሰው ምልክቱ ነው። በሌላ አባባል አንድ የሚያስቆጣ ጉዳይ ሲያጋጥምሽ ስሜቱ ስለመጣ ብቻ ከመቆጣት ይልቅ በነገሩ መቆጣትህ የሚያስከትለውን ውጤት በማሰብ፣ ያንን ስሜትህን መቼና በምን ሁኔታ መግለጥ እንዳለብሽ በሚገባ በማሰብ መግለጥ ማለት ነው። የሚያስቆጣ ነገር ስለተፈጠረ ብቻ መንደድ በማህበራዊ ግንኙነትህ ላይ ትልቅ እንቅፋት ያመጣል።

5. ሁኔታንና ሰዎችን ከመለወጥህ በፊት ራስህን ለመለወጥ ሞክር

ሁኔታዎችንና ሰዎችን መለወጥ ከተቻለ መልካም ነገር ነው። ብዙውን ጊዜ ግን አስቸጋሪ ነው። ምናልባት ተሳክቶልን ብንለውጣቸው እንኳ፣ እንደዚያው ያለ ሰውና ሁኔታ ነገ ሊያጋጥመን ስለሚችል፣ ከዚያ ቀለል ብሎ የሚገኘውና ዘላቂ መፍትሄ የሚሰጠን ራስን ለመለወጥ መሞከር ነው። በሄድንበት ቦታ ሁሉ የሚያጋጥመንን ሁኔታና ሰው

ለመለወጥ መታገል በራሱ የሕይወት ዓላማ ሆኖ እድሜአችንን እንዳይፈጅብን መጠንቀቅ አለብን። ያስቸገረን ጉዳይና ያታገሉን ሰዎች ሁኔታ ተለውጠው እኛ ግን ሳንለወጥ በዚያው ችግር የሚናወጥ ማንነትን ይዘን እንዳንቀርም መጠበቅ ጠቃሚ ነው።

ለምሳሌ፣ በአንድ ቡድን ውስጥ አንድ አስቸጋሪ ሰው ካለ፣ ለዚያ ሰው ብለህ ቡድኑን የምትለቅ ከሆነ አንተ ከብልህ ሰዎች አትመደብም። በምትኩ በሄድክበት ቡድን ውስጥ ሁሉ አስቸጋሪ ሰዎች እንደምታገኝ በማሰብ ራስህን ለመለወጥ መሞከር ትችላለህ። ራስን መለወጥ ማለት በዚያ ሰው ላይ ያለህን አመለካከት መቃኘትና ሰውየውንም በእንዴት አይነት ሁኔታ ብትይዘው ዘላቂ መፍትሄ እንደምታገኝ ለይቶ ማወቅ ማለት ነው። አስቸጋሪ ሁኔታዎችንና ሰዎችን ለመለወጥ መሞከር መልካም እርምጃ መሆኑ እንደተጠበቀ ሆኖ የግል ሁኔታ መለወጥ ሊታከልበት ይገባል።

6. የሰዎችን ስሜት አትካድ

ሰዎች በተለያዩ ጊዜአት ስሜትን የሚጎዳ ገጠመኞችን ይጋፈጣሉ። የእነሱን ልምምድ በእነሱ ሁኔታ ሊያየው የሚችል ሌላ ሰው ተፈልጎ አይገኝም። አመጣጣቸውና አመለካከታቸው ለችግሩ የተለየ “ኬሚስትሪ” ስለሚሰጠው ማለት ነው። ለሰዎች ከምናደርግላቸው ትልቅ ውለታ አንዱ በስሜታቸው ላይ ከመፍረድ ይልቅ ስሜታቸውን በመረዳት አብሮ መቆየትና ማገዝ ነው። አብዛኛውን ጊዜ ሰዎች የተሰማቸውን ስሜት የሚገነዘብላቸውና የሚያደምጣቸው እንጂ ሃሳብ የሚያዘንብላቸው ሰው አይፈልጉም። የራሱን ችግር ሳይፈታ በሌላው ሰው ሁኔታ ላይ ሃሳብ ሰጪው ብዙ ነውና።

ለምሳሌ፣ አንድ ሰው በጣም አዝኖ ሲያለቅስ ብታገኘው፣ “ምን ያስለቅስሃል? ይህ ነገር አሁን የሚያስለቅስ ነገር ነው?” ከማለት ይልቅ፤ “ስለደረሰብህ ሁኔታ በጣም አዝናለሁ፣ ላግዝህ የምችለው ነገር አለኝ?” ማለት የበለጠ የስሜትና የማህበራዊ ብልህነት ነው። የማዘንም ሆነ የማልቀስ ስሜት የማንነታችን አካል የመሆኑ ምክንያት እነዚህ ስሜቶች

ሲመጡ በቅጡ እንድንገልጣቸውና ከውስጣችን በማስተንፈስ እንድናወጣቸው ነው:: ለዚህ ነው ሰዎች የሚያልፉበትን ስሜት ጊዜ ወስደው እንዲያልፉበት በመፍቀድ ለማገዝ ራሳችንን ማቅረብ ይገባናል የምንለው::

7. የሰዎችን መልካም ጎን አድንቅ

በሃገራችን ሰዎች ስላላቸው መልካም ጎንና ስላደረጉት መልካም ነገር በሕይወት እያሉ የማድነቅ ሁኔታ አልተለመደም:: ሰዎች የሚደነቁት፣ የሚወራላቸውና አበባ የሚሰጣቸው ከሞቱ በኋላ ነው:: ሰዎች የተሳካለት ነገር አድርገው ስታይ፣ "ባደንቃቸው ይታበያሉ" አትበል:: አላማህ ሰዎችን ማበረታታትና ከዚያ የተሻለ እንዲያደርጉ ማነሳሳት እንጂ የስሜታቸው "ፖሊስ" መሆን አይደለም:: ሰዎች ከባባድ ችግሮችን ሲጋፈጡም ሆነ አስደሳች ሁኔታ ውስጥ ሲገቡ ስታይ ስሜታቸውን የሚያግዝ ሃሳብ ይዞ መቅረብ ያበረታታቸዋል፣ ሰዎቹም አንተን ደግመው ማግኘት ይፈልጋሉ::

ለምሳሌ፣ በዚህ አመት ንግድ ጀምሮ ያልተሳካለትን ሰው፣ "አንተም ቀብጠህ ነው ንግድ የጀመርከው" ከማለት ይልቅ፣ በእንደዚህ ያለ ከባድ ዘመን ውስጥ ንግድ ለመጀመር የሚያበቃ ጥንካሬ ስላለው በማድነቅ ካለመሳካቱ የሚያገኘው ትምህርት ላይ እንዲያተኩር በርን ልትከፍትለት ትችላለህ:: በተመሳሳይ ሁኔታ በንግዱ የተሳካለት ሰው ስታይ ትጋቱንና ለዚያ ስኬት ያበቃውን ብቃት ጠቁመህ ማድነቅ ለሰውየው ብርታት ይጨምርለታል:: ከአንተም ቢሆን የሚቀንስብህ ነገር አይኖርም:: እንደውም የሚከበርና የሚወደድ ማንነትን ይጨምርልሃል::

8. ለሰዎች ከተጠነቀቅህ፣ በተግባር አሳየው

ለሰዎች እንደምትጠነቀቅላቸው ለማሳየት ብዙ ገንዘብ ማውጣት ወይም ብዙ የሚያደክም ነገር ማድረግ አያስፈልግህም:: በቀላል ተግባር ብዙ መልእክት ልታስተላልፍ ትችላለህ:: አንዳንዱ ሰዎች ለሌሎች ያላቸውን አክብሮትና አድናቆት

ለመግለጽ ትልቅ ድግስ መደገስ፣ ታላላቅና ውድ የሆኑ ስጦታዎችን መስጠትና ብዙ ወጪ የሚጠይቅን ነገር ማድረግ ያለባቸው ይመስላቸዋል፡፡ ከዚህ ይልቅ በየጊዜውና በየምክንያቱ ሰዎችን ቀላል በሆኑ “ቋንቋዎች” ማድነቅ እንችላለን፡፡ ካርድ መስጠት፣ በሰዎች ፊት ማድነቅና የመሳሰሉት ቋንቋዎች ቀላል ቢመስሉም ተጽእኗቸው ታላቅ ነው፡፡

ለምሳሌ፣ በአንዳንድ ስራ በጣም የሚያግዙህን ሰዎች ባልተጠበቀ ጊዜ የልደታቸውን፣ የምረቃቸውን ወይም ደግሞ ሌሎች ለየት ያሉ ቀናት በማስታከክ ያለህን አመለካት የሚገልጽ ስጦታ ማበርከት ትችላለህ፡፡ ስጦታው ደግሞ ትልቅ መሆን የለበትም፣ ለእነሱ ያለህን ትልቅ ልብ በሚያሳይ ቃል መገለጥ ነው ያለበት፡፡ በተግባር የማይገለጥ የፍቅር፣ የአክብሮት ወይም የአድናቆት ስሜት እውነተኛነቱ ማረጋገጫ ስለሌለው ሽንገላ ብቻ ሊመስል ይችላል፡፡ ይህንን አስታውስ፡- ሰዎች ካለማቋረጥ የቅርብ ወዳጃቸው በእነሱ ላይ ያለውን አመለካከት ማወቅን ይመኛሉ፡፡

9. ከውሳኔ በፊት ስለ ውሳኔህ ገለጻ ማድረግን ልመድ

አንድን የተለመደ ነገር ስታደርግ ቆይተህ በድንገት በአንድ ሃሳብ ምክንያት ያንን ተግባርህን ላለማድረግ ብታስብ ውሳኔህን ዝም ብለህ አድርገህ ጉዳዩ የሚነካቸውን ሰዎች ግር እንዲላቸውና እንዲገምቱ ማድረግ ታላቅ የሆነ በስሜትና በማህበራዊ ብልህነት ያለመብሰል ምልክት ነው፡፡ አንድን ነገር ለማድረግም ሆነ ላለማድረግ ስትወስን ሁኔታው ለሚነካቸው ሰዎች ቅድመ-ገለጻ ማድረግ ሕብረትህን ያጠናክረዋል፣ ግራ መጋባትን ያስወግዳል፣ ከሰዎቹም ጠቃሚ ምክርም እንድታገኝ እድልን ይሰጥሃል፡፡ በተጨማሪም ሰዎች የሚታመኑብህና የሚቀበሉህ ሰው ትሆናለህ፡፡

ለምሳሌ፣ በአንድ ዓላማ ዙሪያ ወይም እንዲሁ ለማህበራዊ ትስስር በየሳምንቱ የምታገኘው በጣም የተላመድክበት ቡድን ቢኖርና በአንድ ሁኔታ ምክንያት ከዚያ ቡድን አባላት ጋር ላለመገናኘት ብታስብ ዝም ብለህ በድንገት ከመቅረት ይልቅ አስቀድሞ

ውሳኔህን መግለጽና ምክንያትህን ማብራራት ታላቅ ብስለትና ብልህነት ነው፡፡ የኋላ ኋላ ለምን እንደዚያ እንዳደረግህ ለማብራራት የምትገደድበት ግር ግር ውስጥ ልትገባ ስለምትችል ቀድሞውኑ ያንኑ አድርገህ ጨዋ ማንነትህን ጠብቀህ መቀጠል ቀለል ያለው ምርጫ ነው፡፡

10. ምኞትንና ውጤትን አጣጥም

አንዳንድ ጊዜ በመልካም መነሻ ሃሳብ ያደረከውን ወይም የተናገርከውን ነገር ሰዎች ባልጠበከው መልኩ ሊገነዘቡትና ነገሩን ወዳልተፈለገ አቅጣጫ ሊወስዱት ይችላሉ፡፡ አንድን ነገር ተናግረህ ወይም አድርገህ ሰዎች የተገነዘቡህ በሌላ መልኩ ሲሆንና ለማግኘት ከተመኘኸው ውጤት የተለየ ውጤት ስታገኝ የእርማትን እርምጃ መውሰድን አትዘንጋ፡፡ ምረጡ ብንባል የምንመርጠው ቀድሞውኑ ሰዎች በተሳሳተ ሁኔታ እንዳይገነዘቡን ቀዳዳን ሁሉ ዘግቶ መገኘት ቢሆንም እንኳ ሰዎች በፍጹም ቅሬታ እንዳይፈጠርባቸው የማድረግ ኃይል ያለው ሰው እንደሌለ አስታውስ፡፡

ለምሳሌ፣ ስብሰባ ላይ አርፍዶ የመጣን ሰው ወደ ክፍሉ በመግባት ላይ እንዳለ ለማግባባት ብለህ በሰዎቹ ፊት አንድ ሃሳብ ጣል ብታደርግለት፣ ሰውየው ባልተጠበቀ መንገድ ቅር ቢለው፣ ምኞትህ አርፍዶ የመጣውን ሰው ለማግባባት ሲሆን፣ ውጤቱ ግን ቅሬታን መፍጠር ሆኖብሃል፡፡ ስለዚህም፣ ሰውየውን ጊዜ ወስደህ ይቅርታ በመጠየቅና መነሻ ሃሳብህን በማስረዳት ችግሩን መቅረፍ ትችላለህ፡፡ በእንደዚህ መልኩ በየጊዜው የሚነሱብህን የምኞትና የውጤት አለመጣጣሞች እየቀረፍክ መሄድ በማህበራዊ ብልህነትና የሰዎችን ስሜት በማስተዳደር ብቃት እንድታድግ መንገድን ይጠርግልሃል፡፡

የስሜት ብልህነት ከላይ በተጠቀሱት አራት ምእራፎች ውስጥ የተመለከትናቸውን በግልና በሌላ ሰው ስሜት ዙሪያ ያለንን እውቀትና አያያዝ ብቃት ያጠቃልላል፡፡ ሆኖም ይህ ብልህነት ሙሉ እንዲሆን በሚቀጥለው ምእራፍ የምንመለከተውን የግልንም ሆነ የሌሎችን ሰዎች ስሜት አመዛዝኖ የመያዝን ብልህነት ማዳበር አስፈላጊ ነው፡፡

የስሜት ብልህነት

በፍቅር ሕይወት

ቲሚ የዩኒቨርሲቲ ትምህርቱን እንደጨዋታ ነው ያለፈው፤ ከ"A" ሌላ ውጤት በአይኑም አይቶ አያውቅም:: ከተመረቀ በኋላም ስራ ለማግኘት ጊዜ አልፈጀበትም:: በገባበት መስሪያ ቤት በጥቂት አመታት ውስጥ ከእድገት ወደ እድገት በማለፍ የወር ደሞዙ ከበቂ በላይ ነው:: በአንድ የትምህርት ዘርፍ ቆይቶና ተመርቆ ከአንድ መስሪያ ቤት ጋር ለተወሰኑ አመታት ቢቆይም በፍቅር ሕይወቱ ግን እንዲህ አይነቱን በአንድ የመጽናት እድል ማግኘት አልቻለም::

ቲሚ አንድ ችግር አለበት፣ የፍቅር ግንኙነት አይጸናለትም:: ከዚህ በፊት አራት የፍቅር ግንኙነቶች ፈርሰውበታል:: ከመጀመሪያው ፍቅረኛው ጋር የተጣላው ከጋብቻ በፊት "ሴክስ" እናድርግ በማለቱና የጓደኛው አቋም እስከ ጋብቻ የመጠበቅ በመሆኑ ተጋጭተው ነው:: ጽኑ የሆነውን አቋሟን ደጋግማ ብትነግረውም ማከረሩን ስላየችና ነገ ወደ ማስገደድ ሊያልፍ ይችላል ብላ ስለሰጋች የስንብት ደብዳቤ ከአንዲት የደረቀች ቀይ አበባ ጋር በፖስታ ልካለት በዚያው ቀረች:: ሁለተኛና ሶስተኛ፣ ምናልባትም አራተኛ የመጠባበቂያ እቅዶች ይዞ በመቆየት የታወቀው ቲሚ እሷን ለመመለስ ሙከራም አላደረገም:: በነጋታው ወደ እቅድ ሁለት ዘወር አለ::

ከሁለተኛ ፍቅረኛው ጋር ያጣላው በተደጋጋሚ የቀጠሮ ጊዜአቸውን እየዘነጋ ባለመገኘቱና ይቅርታ ለመጠየቅ ፈቃደኛ ባለመሆኑ ነው፡፡ ቲሚ፣ "ወንድ ሴትን ይቅርታ መጠየቅ አይገባውም" የሚል የጸና አቋም አለው፡፡

ከሶስተኛ ፍቅረኛው ጋር የተለያየበት ሁኔታ አጭርና ግልጽ ነው፡፡ አንድ ቀን ማታ ከትምህርት ቤት ወጥታ ስልክ ደውላለት ሲነጋገሩ፣ "የት ነህ?" ብላ ስትጠይቀው፣ "እቤቴ ቲቪ እያየሁ ነው" ካላት አምስት ደቂቃ ባልሞላ ጊዜ ውስጥ ከአንዲት ወጣት ጋር በመንገድ ላይ በቀስታ እየተራመዱ ሲያወሩ አየችው፡፡ ከዚያ በኋላ አላየችውም፡፡

አራተኛ ፍቅረኛውን ያባረራት አንዲት ውሸት ነች፡፡ እንደፈራው የተለመደውን የፍቅረኛ ጥያቄ አንድ ቀን ጠየቀችው፡፡ "ከዚህ በፊት ፍቅረኛ ነበረህ?" የቲሚ መልስ ልክ ፈተና ሲፈተን እንደሚመልሰው፣ "አንቺ የመጀመሪያዬ ነሽ" የሚል ፈጣን ነበር፡፡ ፈተና ወድቆ የማያውቀው ቲሚ ይህኛውን ፈተና ወደቀ፡፡ እሷ እንደሆነች ከእሱ የባሰች እሳት ነች፣ ከሞባይል ስልኩ "ሳይደልት" የረሳቸውን መልእክቶች አንድም ሳይቀር አንብባቸዋለች፡፡ ታሪካቸው እዚያ ጋር ነበር ያበቃው፡፡

ከአሁኗና ከአምስተኛ ፍቅረኛው ጋር ያለው የፍቅር ጎዳናም ወደማብቂያው ነው፡፡ ከአንዳንዶቹ የቀድሞ ፍቅረኞቹ ጋር ያለው ግንኙነት አሁንም ያልተቋረጠ፣ እንዲሁም ከልክ ያለፈ በመሆኑና ሊታረም ፈቃደኛ ባለመሆኑ ጓደኛው አመኔታን ስላጣች ራሷን መሰብሰብን መረጠች፡፡

ምን ይመስልሃል?

- የቲሚ የትምህርት እውቀትና ብቃት ለፍቅር ሕይወት ጎዳናው እንዴት ሊረዳው አልቻለም ብልህ ታስባለህ?
- ቲሚን ዛሬ ብታገኘውና ምከረው ብትባል ምን ትመክረዋል?

10.

የማመዛዘን ብልህነት

"ሌሎችንና ራስን ማወቅ አንድ መቶ ፍልሚያዎችን ተፋልሞ ሁሉንም ማሸነፍ እንደ ማለት ነው:: ሌሎችን አለማወቅና ራስን ማወቅ አንዱን ፍልሚያ አሸንፎ አንደኛውን ደግሞ እንደመሸነፍ ነው:: ሌሎችንም ሆነ ራስን አለማወቅ ፍልሚያዎችን ሁሉ እንደመሸነፍ ነው"

- Sun Tzu

ቀደም ብለን ጠቀስ አድርገን እንዳለፍነው ስሜታዊ ብልህነትን ማዳበር ማለት ችግርን ለማስወገድ ሲባል የለሰለሰና የመጣውን የሰውና የገጠመኝ ሁኔታ በዝምታ የሚቀበል ማንነት መያዝ ማለት አይደለም:: በሌላ አባባል ስሜታዊ ብልህነት የስሜትን ጥንካሬ እንጂ የስሜትን ደካማነት ወይም የስሜትን ግትርነት አያመለክትም:: የስሜት ጥንካሬ ስንል ግን ምን ማለት እንደፈለግን ማብራራትና ትክክለኛ ትርጉም ላይ መድረስ አስፈላጊ ነው::

ከስሜት ብልህነት የሚመነጭ የስሜት ጥንካሬ የራስንና የሰዎችን ስሜት ለማወቅና ለማስተዳደር የምናደርገውን ጥረት በሚዛናዊ መልኩ መያዝንም ያካትታል:: መስመሩን የለቀቀና የራሳችንንም ሆነ የሌሎችን ስብእና የሚጋፋ ሁኔታ ውስጥ እንዳንገባ የሚደረግ የሚዛናዊነት እርምጃ ነው:: በአጠቃላይ የስሜት ብልህነት ከሚዛናዊነት ጋር ሊነጣጠል

የማይችል ዝምድና አለው፡፡ በአእምሮአችንም ሆነ በስሜታችን ወደማወቅ የመጣናቸውን እውቀቶች በሚዛናዊነትና ለጥቅም በሚውሉበት መልክ የመያዝ ብልህነት ነው፡፡

ሰዎችን በመታገስ ዙሪያ

የስሜት ብልህነት በውስጡ ካቀፋቸው ዘርፎች መካከል የሰዎችን ስሜት ለይቶ ማወቅና ያንንም ስሜት በሚገባ ሁኔታ መያዝ ወይም "ማስተዳደር" ያካትታል ብለናል፡፡ ይህ ሁኔታ ሰዎችን ከመታገስ ጋር በቀጥታ ይያያዛል፡፡ የራሳቸው ስሜትና አመለካከት ካላቸው ሰዎች ጋር በየቀኑ የመገናኘታችን ሁኔታ ይህን ነጥብ ያጎላዋል፡፡

ሰዎችን መታገስ ስንል፣ ሰዎች ስሜታችንን የሚጎዱና የሚፈታተኑ ነገሮችን በሚያደርጉበት ጊዜ በሁኔታው ተነድተን ስሜታዊ ምላሽ ከመስጠት ይልቅ ማሳለፍ የሚገባንን በማሳለፍ ትክክለኛውን አያያዝ ማወቅ ማለት ነው፡፡ ሰዎችን የመታገስን ሁኔታ በሚዛናዊነት ለመያዝ የሚከተሉትን ሁለት ጥያቄዎች መጠየቅ እችላለሁ፡-

1. አንድን ሰው እስከመቼ ነው የምታገሰው?

አንድ ሰው ምንም ያህል እውቀት ቢኖረው፣ በሃብትና በዝና የገነነ ቢሆን ከሰዎች ጋር ባለው ግንኙነት ትእግስትን ካላዳበረ ከሚገነባው ይልቅ የሚያፈርሰው ይበዛል፡፡ ሆኖም፣ አንዳንድ ሰዎች ትእግስትን እንደ ደካማነት ስለሚቆጥሩት የሰዎችን ትእግስተኝነት ለግል ጥቅማቸው የመጠቀም ብልጠትን ያዳብራሉ፡፡ ይህ እንዳይሆን ትእግስታችንን የቱ ድረስ እንደምንወስደው ገደቡን ማወቅ አስፈላጊ ነው፡፡

2. ገደቡን በምን መልክ ላስምረው?

ሰዎች ትእግስተኛነታችንን መስመሩን ለሳተ ዓላማቸው ሲጠቀሙበት ስናይ፣ "ገደቡን በምን መልክ ላስምረው?" የሚለውን ጥያቄ መመለስ አለብን፡፡ ትእግስታችን አልፎ ወደ

ስሜታዊነት ከገባን እስካሁን የመታገሳችን ሁኔታ ጊዜን ማባከን ይሆንብናል፡፡ በምትኩ ትእግስታችንን ለክፉ የመጠቀማቸውን ሁኔታ እንዳወቅን በማስገንዘብ ለሌላ ስሜታዊነት በማይዳርገን ሁኔታ ገደቡን የማስመር ጥበብ ማዳበር ይገባናል፡፡ ይህ ጥበብ እንደሁኔታው ይለያያል፡፡

ሰዎችን በመደገፍ ዙሪያ

የስሜት ብልህነት በውስጡ ማህበራዊ ብልህነትንም እንደሚያካትት ተመልክተናል፡፡ ይህ የማህበራዊ ብልህነት የሰዎችን ስሜት ለይቶ ወደ ማወቅና ያንንም ስሜት በሚገባ ሁኔታ ወደ መያዝ ጎዳና ሲወስደን፣ ለሰዎች ድጋፍ ራሳችንን ማቅረብ እንጀምራለን፡፡ አንዳንድ ሰዎች ለድጋፍ ራሳችንን የማቅረባችንን ሁኔታ እንደ ሞኝነትና እንደ አጉል የዋህነት የመቁጠር ዝንባሌ አላቸው፡፡ ለዚህ ነው በሰዎች ችግር ጣልቃ በመግባት ራሳችንን ለድጋፍ ስናቀርብ ሁኔታውን በሚዛናዊነት መያዝ የሚገባን፡፡ ለሚዛናዊነት እንዲረዱኝ የሚከተሉትን ሁለት ጥያቄዎች መጠየቅ እችላለሁ፡-

1. ሁኔታው ራሴንና ቤተሰቤን ካለ አግባብ ይጎዳል?

እንደ እውነቱ ከሆነ አንድን ሰው ለመደገፍ ራሳችንን ስናቀርብ ትንሽም ቢሆን መጎዳታችንና መስዋእትነት መክፈላችን አይቀርም፡፡ ሆኖም፣ ሁኔታው ሚዛናዊ በሆነ መልኩ ካልተያዘ የሌሎቹ መደገፍ የእኛና የቤተሰባችን “መርገፍ” ወደመሆን መምጣቱ አይቀርም፡፡ የቤተሰቤን ጤንነት ጥዬ የሌላውን ጤንነት ለማሻሻል ልሩጥ ካልኩኝ፣ ልጆቼን ለረሃብ አሳልፌ ሰጥቼ መንገድ ያገኘሁትን ሁሉ ልመግብ ካልኩኝ ውኃ ቅዳ ውኃ መልስ ይሆንብኛል፡፡

2. ከጥፋተኝነት ስሜት መጠበቅ

ሰዎችን ለመርዳትና ለመደገፍ የምናደርገው እንቅስቃሴ ከልባዊ ርህራሄና ፍላጎት እንጂ በፍጹም ከጥፋተኝነት ስሜት ሊመነጭ አይገባውም፡፡ “ሰዎች ምን ይሉኛል?” ወይም

ደግሞ፣ "ሰውየው ይቀየመኛል" ከሚለው የመነሻ ሃሳብ የሚደረግ በጎ አድራጎት መጨረሻው መራራነት ነው፡፡ አንዳንድ ሰዎች የጥፋተኝነት ስሜትን በሚሰጡ ቃላት ስሜታችንን በመምታት ማለቂያ የሌለው ጉዞ እንድንጀምር የማድረግ ልምዱና ድፍረቱ አላቸውና ሚዛን ሊጠበቅ ይገባል፡፡

ሰዎችን ይቅር በማለት ዙሪያ

ከሰዎች ጋር በስሜት ብልህነት ስንኖር በየእለቱ ከሚያጋጥመንና በሚዛነዊነት ልንይዘው ከሚገባን ነገር አንዱ የይቅርታ ጉዳይ ነው፡፡ ስሜታዊነት በበቀል እንድንነሳና በቂመኝነት እንድንኖር የማነሳሳት ባህሪይ አለው፡፡ ስሜታዊ ብልህነትን ማዳበር ግን ከዚህ መጨረሻው ከማያምር ጎዳና ይገታናል፡፡ ሆኖም፣ ሰዎች ሲበድሉን ይቅርታ ለማድረግ ልቦናን መክፈት የስሜት ብልህነት ምልክት ሆኖ ሳለ ሁኔታውን ግን በሚዛናዊነት መያዝ አስፈላጊ ነው፡፡ የሚከተሉት ሁለት ጥያቄዎች ለሚዛናዊነት ይረዱናል፡-

1. የጥፋቱ መነሻ ሃሳብና የግንኙነቱ ባህሪይ ምንድን ነው?

"አንድን ሰው ይቅር ካልኩ በኋላ ወዳጅነቱ እንደ ወትሮው መቀጠል አለበት? ይህንን ለመወሰን "ሰውየው ያጠፋን በስህተት ነው ወይስ በተንኮል?" የሚለውን ጥያቄ መመለስ የግድ ነው፡፡ የታሰበበትና መነሻው ተንኮል የሆነ ጥፋት በይቅርታ ቢታለፍም የወደፊቱ ግንኙነት ግን በጥበብና በገደብ ሊያዝ ይገባል፡፡ ይህ ምላሽ ግን ከሰውየው ጋር ያለንን ግንኙነት ማገናዘብ አለበት፡፡ በመንገድ ላይ የበደለኝን ሰውና የትዳር አጋሬን በአንድ አይነት መልኩ ማስተናገድ አልችልምና፡፡

2. የዚህ ሰው ጥፋት የመጀመሪያ ነው ወይስ የተደጋገመ?

አንድ ሰው አንዴም ሆነ ደጋግሞ ስህተትን ከሰራ ለዚያ ሰው ይቅርታ ማድረግ የሚጠቅመው ለሰውየው ብቻ ሳይሆን ለእኛም ጭምር ነው፡፡ ምክንያቱም ይቅር አለማለትና ቂመኝነት በስሜታችንና በአመለካከታችን ላይ ከባድ ጫናን ስለሚያስከትል

ነው:: ሆኖም፣ ከዚህ ሰው ጋር ስለሚኖረን የወደፊት ጎዳና ወሳኝ ከሆኑት ሁኔታዎች አንዱ የጥፋቱ መደጋገም ነው:: ጥፋትን እየደጋገመ የሚሰራን ሰው በይቅርታ በማለፍ ጥፋቱን ደግሞ እንዳይሰራ ገደብ ማበጀቱ ታላቅ ብልህነት ነው::

በቡድን አባልነት ዙሪያ

የተለያዩ የሕይወት ደረጃዎቻችን ከተለያዩ ቡድኖች ጋር ተጣምረን እንድንኖር ግድ ይሉናል:: ይህ ማህበራዊ ትስስር እንተውህ ብንለው እንኳ አይለቀንም:: ምርጫችን አያያዙን ማወቅ ነው:: በአንድ ቡድን ያለኝ ተሳትፎና ማህበራዊ ትስስር ለእኔም ሆነ ለቡድኑ አባላት የሚጠቅም ሊሆን ይገባዋል:: ከአንድ ማህበራዊ ስብስብ ጋር ተስማምቶ መኖር የስሜት ብልህነት ምልክት እንደሆነ ተመልክተናል:: ሆኖም፣ አንድ አንድ ጊዜ ከአንድ ቡድን ጋር የመቆየታችን ሁኔታ ግር የሚለን ጊዜ ይመጣል:: ይህንን ሁኔታ በሚዛናዊነት ለመያዝ የሚከተሉት ሁለት ጥያቄዎች ይደግፉናል:-

1. የቡድን አባልነቴ የግል ስብእናዬን ይነካል?

በአንድ ቡድን ውስጥ ተስማምቼና ተቀባይነት አግኝቼ ለመኖር ገንዘቤን፣ ጊዜዬንና ጉልበቴን ልከፍል እችላለሁ:: መከፈል የማልችለው አንድ ነገር ብቻ ነው - ስብእናዬን! ሆኖም ስብእናዬን መከፈል አልችልም ማለት የፈለግነው በአንድ ቡድን ተቀባይነት ለማግኘት ስንል የሕይወታችንን ዋና አላማና ጤናማ የሕይወት መርሆዎች መጠበቅ አለብን ማለታችን ነው:: አንዳንዴ፣ አላማ መከተልና ከመርሃችን ላለመውጣት ጸንቶ መቆም ከሰዎች ሊለየን እንደሚችል ማስታወስ የግድ ነው::

2. የቡድኑ አካል መሆኔ ምን ጠንቅ ያስከትላል?

የአንድ ቡድን አካል ሆኖ ለመቆየት የማደርገው ጥረት የግልን አካላዊም ሆነ ስሜታዊ ጤንነት የሚያቃውስ ከሆነ ሊታሰብበት ይገባል:: በተጨማሪም የቡድን አባልነቴ የትዳርንም ሆነ የቤተሰብን ሁኔታ የሚያናጋ ከሆነ ገደቡ ሊሰመር ይገባዋል:: ከዚህም

ጋር፣ የቡድኑ ሁኔታ ከአጠቃላይ ማህበራዊ ጤንነትና መልካም ዜግነት አንጻር ሊታይ ይገባዋል፡፡ አናሳው ተሰውቶ ዘላቂውን ለሃገር፣ ለማህበረሰብና ለቤተሰብ የሚበጀው ሊያዝ ይገባዋል፡፡

በዚህ ክፍላችን የስሜትን ብልህነት ዘርፎች በሚገባ ተመልክተናል፡፡ እነዚህን የስሜት ብልህነት ዘርፎች በሚገባ ተግባር ላይ የማዋል ጎዳና ውስጥ የገባ ሰው ወደ አስገራሚ የስሜት ብልህነት አለም ውስጥ ይገባል፡፡ ይህ እውነታ የሚቀጥለው ክፍላችን ትኩረት ነው፡፡

ክፍል ሶስት

የስሜት ብልህነት ውጤት

በስሜት ብልህነት የበሰለ ሰው ወደ አስገራሚና አዲስ ወደ ሆነ የብቃት አለም ውስጥ ይገባል፡፡ ይህ አለም በግልም ሆነ በማህበራዊ ሕይወት ሙሉና በመልካም ተጽእኖ የተሞላ አለም ነው፡፡ የሚከተሉት አምስት እውነታዎች በስሜት ብልህነት ወደመብሰል የመጣ ሰው የሚገባበትን የስኬትና የብቃት አለም ተግባራዊ በሆነና ጥርት ባለ መልኩ ያሳዩናል፡፡

በዚህ ክፍላችን የምንመለከታቸው የስሜት ብልህነት “አለሞች” የሚከተሉት ናቸው፡-

- ራስን አያያዝ ብቃት
- ራስን የመግለጥ ብቃት
- ከሰዎች ጋር የመኖር ብቃት
- ትክክለኛ ውሳኔ የመወሰን ብቃት
- የስሜት ውጥረትን የመቋቋም ብቃት

11.

ራስን አያያዝ ብቃት

“ከሁሉ የላቀው አለመግባባት የሚከተሰው በሁለት የአለያዩ ሰዎች መካከል ሳይሆን አንድ ሰው ከራሱ ጋር ከሚኖረው አለመግባባት ነው” – Garth Brooks

ራስን አያያዝ ብቃት የሚያጠቃልለው በራሳችን ላይ ያለንን እይታ ነው፡፡ ከስሜታችን ጋር ምን ያህል ግንኙነት እንዳለን፣ ስለ ራሳችን ስናስብ ምን ያህል ደስተኞች እንደሆንንና በሕይወታችን ስለምናደርገው ነገርና ስለምንከተለው ዓላማ ልባችን ምን ያህል ሙሉ እንደሆነ የሚጠቁም አለም ነው፡፡ በስሜታዊ ብልህነት የበሰለ ሰው ስሜቱን በማወቅ፣ ስሜቱን በመግዛትና የሕይወቱንም ዓላማ በማወቅ በድፍረት የሚከታተል ሰው ነው፡፡ ይህ ሁኔታ የሚከተሉትን ሶስት እውነታዎች ያጠቃልላል፡፡

የራስን ስሜት ማወቅ

“አለምን ሁሉ በማወቅ ተክኖ ራሱን ግን ያላወቀ ሰው ምንም የማያውቅ ሰው ነው” – Jean De La Fontaine

ቀደም ሲል እንደተመለከትነው፣ የራስን ስሜት ማወቅ ማለት በጊዜው የሚሰማህ ስሜት ምን እንደሆነ ማወቅ ማለት ነው፡፡ በጊዜው የሚሰማህን ስሜት ይሄ ነው ብለህ መለየት

ስትጀምር በተለያዩ ስሜቶችህ መካከል ያለውን መሰረታዊ ልዩነት ወደማወቅ ታድጋለህ፡፡ ይህንን በስሜቶች መካከል ያለውን ልዩነት የማያውቅ ሰው ጥሩ ያልሆኑ ስሜቶቹን በአንድ እይታና በደፈናው ነው የሚያያቸው፡፡ በውጤቱም ለሁሉም ስሜቶች አንድ አይነት ምላሽ ወደመስጠት ያደላል፡፡

ምን ስሜት እየተሰማህ እንዳለና የጊዜው ስሜት ከሌሎቹ ስሜቶችህ በምን እንደሚለይ መለየት ስትጀምር የስሜቱን ምንጭ ወደማወቅ ታልፋለህ፡፡ ከዚያም ባሻገር ስሜቱ በአካባቢህ ባሉ ሰዎች ላይ ሊኖረው የሚችለውን ተጽእኖ ወደማወቅ በማለፍ ሃላፊነት የተሞላበት ህይወትን መኖር ትጀምራለህ፡፡ አንድ ስሜት እንደተሰማን እንደሆነ ማወቅ ሰው የመሆናችን ምልክት ሲሆን፣ በስሜቶቻችን መካከል መለየትና ምንጩን ማወቅ ደግሞ የብስለት ምልክት ነው፡፡

ራስን መቀበልና ማክበር

"አንተው ካልፈቀድክለት በስተቀር ማንም ሰው የዝቅተኝነት መንፈስ እንዲሰማህ ሊያደርግህ አይችልም" – Eleanor Roosevelt

ራስን የመቀበልና የማክበር አንዱ ገጽታ ብርታትህን ማወቅና በዚያ ላይ መገንባት ነው፡፡ ሆኖም ራስን ማወቅ ሌላ ተጨማሪ ገጽታ አለው፡፡ ይኸውም፣ ድካምህን በሚገባ በመገምገም ማወቅና ከዚያ ድካም ለመውጣት ራስህን ለማሻሻል መጣጣር ነው፡፡ ራሱን በሚገባ የተቀበለና በራሱ ላይ የከበረ አመለካከት ያለው ሰው ስህተት ሲሰራ እንኳ ስህተቱን በግልጥ በማመንና የእርማት እርምጃ በመውሰድ ወደ ፊት የሚገሰግስ ሰው ነው፡፡

ስህተት ሲሰሩ ምንም ስህተት እንደሌለባቸው የሚያስቡና ፍጹም እንደሆኑ ለማሳየት የሚከራከሩ ሰዎች ራስን በመቀበል ያልተደላደሉ ሰዎች ናቸው፡፡ ይህ የግትረኝነት ዝንባሌ ከላይ ሲታይ የብርታትና የጥንካሬ ምልክት ሊመስል ይችላል፡፡ ውስጡ ተከፍቶ

ሲታይ ግን በሰዎች ሃሳብ ከሚመጣ የዝቅተኝነት ስሜት ለመዳን የሚሰጥ ምላሽ ነው፡፡ ራስን መቀበል በሰዎች ሁኔታ ከሚመጣ የዝቅተኝነት ዝንባሌም ነጻ የመሆንን ሁኔታ ያካትታልና፡፡

ራስንና ዓላማን ማግኘት

"ራሳቸውንና ዓላማቸውን ያላገኙ ሰዎች ማን እንደሆኑ፣ ምን እንደሚፈልጉና አመለካከታቸው ምን እንደሆነ አያውቁም፡፡ ራሳቸውንና ዓላማቸውን ያገኙ ሰዎች ግን ስሜታቸውን፣ ፍላጎታቸውን፣ አመለካከታቸውንና ለነገሮች ያላቸውን የተመዛዘነ ምላሽ በሚገባ የሚያውቁ ሰዎች ናቸው" – Abraham Maslow

ራስንና ዓላማን ማግኘት የሚጀምረው ያለፈው አመጣጥህንና አስተዳደግህን ከማጤን ነው፡፡ በመቀጠልም አሁን ያለህበትን ደረጃ ማየትን ያጠቃልላል፡፡ ያለፈው አመጣጥህና አሁን ያለህበት ደረጃ ቀጥተኛ የሆነ ዝምድና አላቸው፡፡ የሁለቱ የሕይወት ገጽታዎችህ ድምር በነገው ዓላማህ ላይ ተጽእኖ አለው፡፡ እነዚህን ሁሉ ጥርት ባለ መልኩ በማወቅ የሕይወት መስመር ውስጥ በመግባት መደላደል ራስንና ዓላማን ማግኘት ይባላል፡፡

መሆንና ማድረግ የምትፈልገው ነገር ምንድን ነው? ከዚህ አለም ካለፍክ በኋላ ሰዎች በምን እንዲያስታውሱህ ትፈልጋለህ? ለሚቀጥለው ትውልድ ምን ፈር ቀድደህ ማለፍ ትፈልጋለህ? ይህንን ምኞትህን እንዳትፈጽም ሊያግድህ የሚችል እንቅፋት ምንድን ነው? ይህ እንቅፋት ከየት መጣ? እንዴትስ መቅረፍ ትችላለህ? የእነዚህን ጥያቄዎች መልስ ያገኘ ሰው ራሱንና ዓላውን በሚገባ ያገኘ ሰው ነው፡፡

12.

ራስን የመግለጥ ብቃት

"በንዴት በመነሳሳት አትናገር፣ ከፍርሃት የተነሳ ምንም ነገር አታድር፣ ትእግስተ-ቢስ ከመሆን የተነሳ ምርጫህን አትወስን" - Guy Finley

---

ራስን የመግለጥ ብቃት የሚያጠቃልለው የምናምንበትን እምነታችንንም ሆነ የሚሰማንን ስሜት ካለምንም ፍርሃትና ሃፍረት ብቃታችንን ነው፡፡ የምናምንበትን ነገር በሚገባ በማወቅ መብሰላችንንና ስሜታችንን በሚገባ አውቀንና ገዝተን ትክክለኛውንም መርጠን ለመግለጥ መብቃታችንን የሚጠቁም አለም ነው፡፡ በስሜታዊ ብልህነት የበሰለ ሰው ለራሱ፣ ለቤተሰቡና ለሕብረተሰቡ የሚበጀውንና የማይበጀውን ለይቶ ያወቀና በሚገባ ያዳበረ ሰው ከመሆኑም ባሻገር፣ የደረሰበትን እውነታ የመግለጽን ጽንአት ወደማዳበር ያደገ ሰው ነው፡፡ ይህ ሁኔታ የሚከተሉትን ሶስት እውነታዎች ያጠቃልላል፡፡

ስሜትን መግለጥ

"ስሜትን መግለጥ ሙሉ እንዲሆን ካስፈለገ ወደ ግንኙነት (Communication) ዘልቆ መሄድ አለበት" – Pearl S. Buck

ስሜትን መግለጥ ማለት በወቅቱ የተሰማንን ስሜት በቃልም ሆነ ቃል-አልባ በሆነ ቋንቋ ማወቅ ለሚገባቸው ሰዎች የማሳወቅን ብቃት ማሳደግ ማለት ነው። አሁን ቀስ በቀስ እየተለወጠ መምጣቱ እውን ቢሆንም የሃገራችን ባህል ሰዎች ስሜታቸውን እንዲገልጹ የሚያደፋፍር አልነበረም። ሰዎች ከተለያዩ አጉል ተጽእኖዎች የተነሳ ጉዳት እየደረሰባቸው እንኳ በውስጣቸው አፍነው የመያዝ ዝንባሌ አላቸው። አንድ ስሜት ግን እስኪገለጥና እስኪነገር ድረስ መፍትሄ አያገኝም።

ልክ ቦይ በአንድ ቦታ የተከማቸን ውኃ እንዲፈስስ መንገድ እንደሚቀድለት ሁሉ በቃልም ሆነ ቃል-አልባ በሆኑ ቋንቋዎች የሚተላለፍ መልእክት ለስሜታችን መንገድን ይከፍታል። ደስ የሚለንንና የማይለንን፣ በጊዜው ያለንን ስሜት፣ ፍላጎታችንን፣ እና የመሳሰሉት በውስጣችን ያሉትን ስሜቶች ወደ መግለጽ ስናድግ በስሜት ብልህነት መደላደላችንን ያመላክታል። የምንፈልገውና የሚሰማን አንድ ነገር ሆኖ የምንገልጸው ደግሞ ሌላ ሲሆን አለመብሰልን ያመለክታል።

ራስን መምራት

"አንድን የሰማውን ሃሳብ ሳይቀበል ያንን የሰማውን ሃሳብ ግን የማሰብና የማጣራት ብቃት የተማረና የአዋቂ ሰው ምልክቱ ነው" – Aristotle

ራስን መምራት ማለት ምንም እንኳ የሰዎችን ሃሳብም ሆነ ምክር ለመቀበል ክፍት የሆንኩ ሰው ብሆንም፣ የራስን አስተሳሰብ ማወቅ፣ ያመኑበትን ማወቅ፣ ስሜታችንን ከሌላ ሰውና ከሁኔታዎች አጉል ተጽእኖ ውጪ በማድረግ በራስ መቆም መቻል ማለት ነው። በሌላ አባባል፣ ራሴን በመምራት ስበስል በየጊዜው እንደሚመጣውና እንደሚነገረው ሃሳብ አመለካከቴን ከመለዋወጥ ነጻ ወደ መሆን አድጋለሁ።

ራስን መምራት ማለት፣ "ማንም አይመራኝም" የማለት ግትረኝነት አይደለም። በተቃራኒው፣ የሌላውን ሰው ሃሳብ እያስተናገዱ ትክክለኛውን የመምረጥ ብቃት ማለት

ነው። ሁኔታው ከእኛ የተሻለ እይታ ያላቸው ሰዎች መልካም ተጽእኖ እንዲያደርጉብን በፈቃደኝነት ራስን ማቅረብንም ያጠቃልላል። ሃሳቦችን ካለምንም ቅድመ-ሁኔታ አስተናግዳለሁ፣ ሆኖም ከወቅቱ እውነታና ከሃሳቡ ተግባራዊነት አንጻር የቱን እንደምቀበልና የትኛውን እንደማልቀበል ለይቼ አውቃለሁ።

አቋምን መግለጽ

"ክርክሮችን እያሸነፍክ በሄድክ ቁጥር ጓደኞችህን እያጣህ ትሄዳለህ" – Unknown source

አቋምን መግለጽ ማለት፣ ከብዙ ግምገማና ማመዛዘን በኋላ የደረስክበትን እውነትን የተመረኮዘ የሕይወት አቋም ካለምንም ፍርሃትና ሃፍረት ለማሳየት ድፍረትን ማግኘት ማለት ነው። በአንድ ነገር ላይ ያለህን እምነትና አመለካከት በግልጽ የመናገር ብስለት ማለት ነው። ስብእናህን ማንም ሰው እንዲጋፋውና እንዲቆጣጠረው ባለመፍቀድ ባመንክበት እውነት የመቆምን ዝንባሌ ማዳበር ማለት ነው።

ይህ አቋምን መግለጽ የሚለው ሃሳብ አንድ አመለካከት በመያዝ ግትር በመሆን በሄዱበት ሁሉ ተከራካሪ ሰው መሆን ማለት አይደለም። ሰዎችን ሁሉ ወደ እኛ ሃሳብ "እስከንገለብጥ" ድረስ መከራከር ማለትም አይደለም። በአጭሩ አቋሜን ማወቅና ይህ የቆምኩለት አመለካከት ትክክል እንደሆነ በመደላደል ሌሎች ሃሳባቸውን እንዲገልጡ ነጻነቱን የመስጠት ዝንባሌ ነው። ያመንኩበትን ነገር ትክክለኛነት ሳውቅና ስደላደል በሌላው ሰው ሃሳብ አልደናገጥምና።

የስሜት ብልህነት በጎልማሳነት ዘመን

አናጋው በሹፍርና ስራ ከተሰማራ አንድም ቀን አደጋ አድርሶ የማያውቅ ፈርጠም ያለ ጎልማሳ ነው፡፡ የሹፍርና ስራውን በፍቅር ነው የሚወደው፡፡ መዞር፣ ማየት፣ መተዋወቅና ማህበራዊ ክስተት ባለበት ቦታ ሁሉ መገኘት ይወዳል፡፡ ጎልማሳ አናጋው ራሱን በማረሚያ ቤት ሲያገኘው ይህ ሶስተኛ ጊዜው ነው፡፡ እንደ እውነቱ ከሆነ ማረሚያ ቤት እንዲገባ የሚያበቁት ስህተቶች ቁጥር ስፍር አልነበራቸውም፣ እጅ-ከፍንጅ የተያዘባቸው ሁኔታዎች ሶስት ብቻ ሆነው ነው እንጂ፡፡

አናጋው አክራሪ የእግር ኳስ አፍቃሪ ነው፡፡ አርሰናል ከሚሸነፍ ቢሞት ይሻለዋል፡፡ አንድ ቀን የእንግሊዝ ፕሪሜር ሊግ በሚታይበት አንድ ካፌ ገንዘብ ከፍሎ የቡድኑን ጨዋታ በተመስጥኦ ሲመለከት ሁለት የተቃራኒ ቡድን ደጋፊዎች እርስ በርሳቸው ሲነጋገሩ ጣልቃ በመግባት ለሰሚው የሚቀፉ ቃላቶችን መሰንዘር ጀመረ፡፡ አንደኛው ዝም ቢለውም ሌላኛው ግን የእርሱ ቢጤ ስለነበር አንድና ሁለት መባባል ጀመሩ፡፡ ይህ የጀመሩት የቃላት ልውውጥ መልኩን ቀይሮ ወደ ጸብ በመለወጡ አናጋው ያንን ወጣት ሲደበድብ ፖሊስ ደርሶ ተያዘ፡፡

በሕጉ መሰረት የሚገባውን ጊዜ አሳልፎ የወጣው አናጋው በአንድ ወር ጊዜ ውስጥ እንደገና ለማረሚያ ቤት በቃ፡፡ አሁንም በጸብ ምክንያት፡፡ አንድ ቀን የመኪና ማቆሚያ እጥረት ባለበት አካባቢ ለማቆም ቦታውን የሚለቀውን መኪና እየጠበቀ ሳለ ሌላ ሹፌር መኪናውን እያበረረ ጥልቅ ብሎ በመግባት እሱ ይጠብቅ የነበረውን የመኪና ማቆሚያ ቦታ ቀማው፡፡ ብልጭ አለበት! ከመኪና ወርዶ ያኛው ሹፌር ፋታ እስኪያጣ ድረስ የጡጫ መአት አወረደበት፡፡

አናጋው "ሁሉም ሰው ፍቅረኛዬን ይፈልጋታል" የሚል ወጣ ያለ ግምት አለው፡፡ በፍቅረኛውም ላይ ያለው አመለካከት፣ "ለሌላ ወንድ ክፍት ነች" የሚል እንደሆነ ጓደኞቹ ሁሉ ያውቃሉ፡፡ ዘወትር ገና እንዳገኛት ከሰላምታ ቀጥሎ የሞባይል ስልኳን ነው የሚቀበላት፡፡ በግማሽ ልቡ እሷን እያዳመጠ በጣቶቹ ያስተላለፈችውንና የተቀበለችውን የስልክ ጥሪ ሲሰልል ይውላል፡፡

የአናጋው ሶስተኛ የማረሚያ ቤት ጉዞ የተጀመረው ከዚሁ አመለካከቱ ጋር በተያያዘ ምክንያት ነው፡፡ ካፌ ከፍቅረኛው ጋር ቁጭ ብሎ እያለ አንድ ብቻውን ራቅ ብሎ ተከዞ የተቀመጠ ጎልማሳ ሃሳቡ ሌላ ቦታ አይኖቹ ግን ለካ አናጋው ፍቅረኛ ላይ ኖሮ አናጋው ደሙ ፈላበት፡፡ ቢያየው፣ ቢጠብቀው የዚህ ጎልማሳ አይኖች ከአናጋው ፍቅረኛ ላይ አልተነሳም፡፡ አናጋው በቀጥታ ወደዚህ ጎልማሳ በመሄድ "ፍቅረኛዬ ላይ ለምን ታፈጥጣለህ?" በማለት ጸብን ጀምሮ ወደማረሚያ ቤት የሚወስደውን ሌላ ስህተት ሰራ፡፡

==

ምን ይመስልሃል?

- በአንተ አመለካከት የአናጋው ዋነኛ ችግር ምን ይመስልሃል?
- በዚህ አካሄዱ ከቀጠለ የአናጋው የወደፊት ሕይወት ምን የሚሆን ይመስልሃል?

13.

ከሰዎች ጋር የመኖር ብቃት

"ገለልተኞችና ማህበራዊ ብልህነት የሌላቸው ብቸኞች ሰዎች ካለጊዜአቸው የመሞታቸው ሁኔታ በማህበራዊ ግንኙነት ጠንካራ ከሆኑ ሰዎች ይልቅ ከሶስት እስከ አምስት እጥፍ ይበልጣል" - Dean Ornish

ከሰዎች ጋር የመኖር ብቃት የሚያጠቃልለው ከሰዎች ጋር በሰላምና በመስማማት ተዋህደን የመኖር ብቃታችንን ነው፡፡ ሰዎችን አያያዝ፣ ሰዎች የሚደገፉ‑ብን አይነት ሰዎች መሆን፣ ሰላማዊ የቡድን አባል መሆንና የተለያዩ ሁኔታዎችን የማስተናገድ ብቃታችንን የሚጠቁም አለም ነው፡፡ በስሜት ብልህነት የበሰለ ሰው ከምንም አይነት ሰዎች ጋር ቢሆን ሚዛኑን ሳይለቅ ሁኔታዎችንና ሰዎችን በጤናማ ሁኔታ አስተናግዶ ከአላማው አንጻር ለመኖር የሚችል ሰው ነው፡፡ ይህ ሁኔታ የሚከተሉትን ሶስት እውነታዎች ያጠቃልላል፡፡

የዳበረ የሰው-ለሰው ግንኙነት

"ይህን አስብ፡፡ እኛ የሰው ዘሮች ማህበራዊ ፍጥረቶች ነን ... ብንወደውም ባንወደውም ለአንድ ደቂቃ እንኳ ሰዎች ከሚያደርጉት ነገር ሳንጠቀም መኖር አንችልም፡፡ ለዚህም

ነው አብዛኛውን ጊዜ የደስተኝነታችን ጉዳይ ከሰዎች ጋር ባለን የግንኙነት ሁኔታ የሚወሰነው" – Enzin Gyatso

የዳበረ የሰው ለሰው ግንኙነት ማለት በመቀበልና በመስጠት፣ የሃሳብ ልውውጥ በማድረግና የጋራ ፍላጎትን በማሟላት ላይ የተመሰረተን የሰው ለሰው ግንኙነትን ማዳበር ማለት ነው፡፡ ሰዎችንና የሰዎችን ሃሳብ መቀበልን፣ ሰዎች ሊቀበሉት የሚችልን ማንነት ማዳበርንና ለሁኔታው የሚመጥንን ሃሳብ የማቅረብ ብቃትን ማዳበር ማለት ነው፡፡

አንተ ለሌሎች ሰዎች እንደምታስፈልጋቸው የማሰብህን ያህል ሌሎች ሰዎችም ለአንተ እንደሚያስፈልጉህ ማወቅ የዚህ ብስለት ምልክቱ ነው፡፡ ይህ ማለት በገባህበት ድርጅት፣ ቡድንም ሆነ ሰፈር መስሎ አዳሪ መሆን ማለት አይደለም፡፡ የግልህን አመለካከትና ማንነትህን ከሌሎች ሰዎች ጋር አጣጥሞ መኖርና ልዩነትንና አንድነትን አስታርቆ መኖር ማለት ነው፡፡

የሰዎችን ስሜት መጋራት

"በሰዎች አይን ውስጥ ሆኖ ማየት፣ በሰዎች ጆሮ ውስጥ ሆኖ መስማት፣ በሰዎች ልብ ውስጥ ሆኖ ስሜትን መጋራት!" – Alfred Adler

የሰዎችን ስሜት መጋራት የሚጀምረው ራስን "በሰዎች ጫማ" ውስጥ ከማድረግ ነው፡፡ ይህም ማለት ሰዎቹ ባሉበት ሁኔታ ውስጥ ሊሰማቸው የሚችለውን ነገር ለማሰብ፣ ካሉበት ተጽእኖ የተነሳ የሚያዩትን ለማየትና ሁኔታቸውን ለመገንዘብ ራስን ማቅረብ ማለት ነው፡፡ ይህ ሁኔታ ታላቅ የሆነን ብስለትና ትእግስት የሚጠይቅ ጉዳይ ነው፡፡ በግለኝነት "ተቆልፎ" ከመኖር በመውጣት ለሌሎች ማሰብንና መጠንቀቅንም ይጠይቃል፡፡

የሰዎች መልካቸው፣ ቁመናቸው፣ የእጃቸው፣ የጸጉራቸውና የአይናቸው አሻራ የመለያየቱን ያህል ለአንድ ገጠመኝ የሚሰጡትም ምላሽ እንዲሁ ይለያያል፡፡ ሰዎች ከጾታቸው፣ ከመጡበት የሕይወት ውጣ ውረድና ከመሳሰሉት የግል ሁኔታቸው የተነሳ ሕይወትንና ገጠመኞችን የሚያስተናግዱበት የራሳቸው የሆነ ዝንባሌና እይታ አላቸው፡፡ የዚህን ዝንባሌ እውነታ መቀበልና ሰዎቹ ካሉበት ተጽእኖ የሚወጡበትን መንገድ ለማግኘት መሞከርን ያጠቃልላል፡፡

ማህበራዊ ሃላፊነት

“ነጻ ነኝ የሚል ሕብረተሰብ ችግረኞችን መርዳት ካልቻለ፣ ጥቂቶቹን ባለጠጎች ማቆየት ይሳነዋል” – John F. Kennedy

ማህበራዊ ሃላፊነት ማለት ለምንኖርበት ህብረተሰብ አንድ መልካም አስተዋጽኦ ለማበርከት ፈቃደኛ መሆን ማለት ነው፡፡ በምንኖርበት ሕብረተሰብ ውስጥ የተማረ እንዳለ ሁሉ ያልተማረም አለ፤ ሃብታም የመኖሩን ያህል ደኃም አለ፡፡ በአጭሩ ሕብረተሰባችን ሁሉንም አይነት ሰው ያቀፈ ነው፡፡ ሁሉም ግን ሰው ነው! የከበረ ሰው! ይህንን እይታ ማዳበር ለማህበራዊ ሃላፊነት ራስን ማቅረብ ማለት ነው፡፡

የአንድ ትልቅ ፋብሪካ ባለ ሃብት በዚያ ፋብሪካ ውስጥ በየቀኑ ከሚለፉ የጉልበት ሰራተኞች ውጪ ምን መሆን ይችላል? ለራሱ ለማብሰል ጊዜ እስከማይኖረው ድረስ ስራው የበዛ ባለጠጋ በግል ቤቱም ሆነ በየምግብ ቤቱ ከሚያበስሉለት ባለሞያዎች ውጪ እንዴት መኖር ይችላል? ማህበረሰባችን ልንወደውና ልንጠነቀቅለት የሚገባንን ብዙ አይነት ሕዝብ ያቀፈ ሕብረተሰብ ነው፡፡ የሰው ሁኔታው ከፍና ዝቅ ይላል እንጂ ሰውነቱና ሰብእናው ከፍና ዝቅ ሊል አይችልም፡፡

14.

ትክክለኛ ውሳኔ የመወሰን ብቃት

"ጎርበጥባጣ በሆነው የሕይወት ጎዳና ውስጥ ምን ሊሆንብን እንደሚችል አስቀድመን ማወቅ አንችልም፡፡ ነገር ግን ለሆነው ነገር ምን ምላሽ እንደምንሰጥ መወሰን እንችላለን"

- Joseph Fort Newton

ትክክለኛ ውሳኔ የመወሰን ብቃት የሚያጠቃልለው የራሳችንን ስሜትና የሰዎችን ሁኔታ ከወቅቱ እውነታ ጋር አገናዝቦ ትክክለኛውን ውሳኔ የመወሰን ብቃታችንን ነው፡፡ ከዚህም በተጨማሪ ችግርን መፍታት፣ አስቸጋሪ ሰዎችን አያያዝና እንዲሁም በየጊዜው ከሚከሰቱብን የስሜት ውረዶች ምክንያት ከመስመር ያለመውጣት ብቃታችንን የሚጠቁም እጅግ ወሳኝና አስፈላጊ አለም ነው፡፡

በስሜት ብልህነት የበሰለ ሰው ለምንም ነገር ግድ የማይሰጠውና ስሜት የሌለው ሰው አይደለም፡፡ ነገር ግን አጉል ስሜታዊነትን በቁጥጥር ስር አውሎ ትክክለኛና ሚዛናዊ ውሳኔ ውስጥ በትክክለኛው ጊዜና በትክክለኛው ቦታ ለመግባት የበቃና ያንን ያዳበረ ሰው ነው፡፡ ይህ ሁኔታ የሚከተሉትን ሶስት እውነታዎች ያጠቃልላል፡፡

እውነታን መገምገም

“አንዳንዶች በሕልም አለም ውስጥ ብቻ አንዳንዶች ደግሞ በእውነታ አለም ውስጥ ብቻ ይኖራሉ:: ሌሎቹ ግን ሕልምን ወደ እውነታ ይለውጡታል” – Douglas H. Everett

እውነታን መገምገም ማለት ለማየት የምንመኘው ውጤት አሁን ካለው እውነታ ጋር ያለውን ልዩነት በመለየት ትክክለኛ ውሳኔ ውስጥ ለመግባት እውነታን ያገናዘበ ግምገማ ማድረግ ማለት ነው:: ወደ አንድ ውሳኔ ለመድረስ እርምጃን ከመውሰዴ በፊት “ከክህደት አለም” በመውጣት በወቅቱ ያለውን እውነታ በትክክል ማገናዘብ አስፈላጊ ነው:: እውነታን ገምግሞ የተነሳ ሰው በመጨረሻ ትክክለኛ ውሳኔ ላይ የመድረሱ ጉዳይ አስቸጋሪ አይሆንም::

አንዳንድ ጊዜ የምንወስናቸው ውሳኔዎች ከእውነታ የራቁ ይሆናሉ:: ለምሳሌ አንድን የገንዘብ ወጪን የሚጠይቅ ውሳኔ ለመወሰን ስነሳ ያንን ውሳኔ ከመወሰኔ በፊት በቅድሚያ ያለሁበትን የገንዘብ ሁኔታ በትክክል መገምገም አለብኝ:: ከዚያ እውነታ በመነሳትም ትክክለኛ ውሳኔ መወሰን እችላለሁ:: ያለውን እንደሌለ፣ የሌለው ደግሞ እንዳለ በማስመሰል የምወስናቸው ውሳኔዎች መጨረሻቸው አያምርም::

ችግርን መፍታት

“ችግር ማለት የቻልከውን ያህል እንድትጣጣር የሚያነሳሳህ እድል ማለት ነው” – Duke Ellington

ችግርን መፍታት ማለት ስሜታችንን የሚነኩ ችግሮች ሲነሱ ትክክለኛውን ምላሽና የመፍቻ መንገድ ፈልጎ ለማግኘት መረጋጋት ማለት ነው:: ችግርን የመፍታት ጉዞ ከመረጋጋትና ስሜትን ከመግታት መጀመር ያለበት ስሜታዊነታችን በውሳኔ አሰጣጣችን ላይ ታላቅ የሆነ አሉታዊ ተጽእኖ ስላለው ነው:: በአንድ ክስተት ላይ ያለን ስሜት የጋለ

በሚሆንበት ጊዜ ሁኔታውን በሚዛናዊነት ተመልክተን መፍትሄ ለመፈለግ ያለንን ብቃት ይወስድብናል፡፡

ብዙውን ጊዜ የችግር ክፋት ያለው ለችግሩ በምንሰጠው ምላሽ ላይ ነው፡፡ አንዳንድ ሰዎች የደረሰባቸውን ችግር በተረጋጋ ሁኔታ በመመልከት፣ መንስኤውን፣ ተጽእኖውንና ሊሰጠው የሚችለውን የመፍትሄ ምላሽ በማሰብ ትክክለኛ የመፍትሄ ውሳኔ ላይ ይደርሳሉ፡፡ ሌሎች ያንኑ አይነት ችግር ሲጋፈጡ ገና ከጅማሬው በስሜታዊነት ስለሚያስተናግዱት ከመስመር የወጣ ሁኔታ ውስጥ ራሳቸውን ያገኙታል፡፡ ችግሩም ሌላ ችግር ይወልዳል፡፡

የስሜት ንዝረትን መግታት

የስሜት ንዝረትን መግታት ማለት ስሜታችንን ላነሳሳው ነገር ምላሽ በመስጠት፣ "አድርግ አድርግ" የሚለንን ድንገተኛ የስሜት "ጎርፍ" መቆጣጠር ወይም ማዘግየት ማለት ነው፡፡ ካሳለፍካቸው ልምምዶችህ አንዱን መለስ ብለህ አስበው፡፡ በጊዜው የነበረህን ስሜት ትንሽ ገታ ብታደርገው በቀላሉ ልታልፈው ስትችል፣ ከሰጠኸው ስሜታዊ ምላሽ የተነሳ ከልክ ያለፈና መዘዘኛ ወደሆነ ሁኔታ ውስጥ የገባህበትን አንድ ሁኔታ ታስታውሳለህ ብዬ አስባለሁ፡፡

ሰዎች ጥቂት ታግሰው ሊያሳልፉት የሚገባቸውን የስሜት ንዝረት ልቅ በማድረጋቸው ምክንያት የሚከተላቸው መዘዝ ቁጥር ስፍር የለውም፡፡ የስሜትን ንዝረት አለመቆጣጠር አንዳንዶችን ለማረሚያ ቤት አሳልፎ ይሰጣል፡፡ ለሌሎች ደግሞ ግሩም ከሆነና ካማረበት የትዳር ሕይወት ያፈናቅላቸዋል፡፡ የስሜትን ንዝረት ልቅ ከማድረግ ዝንባሌ የተነሳ ለከስረት፣ ለጤና ማጣትና ለመሳሰሉት ጉዳቶች የሚጋለጡ ሰዎች ቁጥር ጥቂት አይደለም፡፡

የስሜት ብልህነት በወጣትነት አለም

ተምትሜ ከአስራ ዘጠኝ ወደሃያ አመት በማለፍ ላይ ያለ ወጣት ነው፡፡ ከአንደኛ ክፍል ጀምሮ በትምህርት ውጤቱ ወረድ ብሎ አያውቅም፡፡ ካለፉት አራትና አምስት አመታት ወዲህ ግን ትምህርቱ ላይ ማተኮር አልቻለም፡፡ ውጤቱ ባልተጠበቀ ሁኔታ መውረድ ጀመረ፡፡ ውጤቱን ለማስተካከል ብዙ ጥረት ቢያደርግም አልተሳካለትም፡፡ የተምትሜ ችግር አንድን ነገር አንብቦ የመገንዘብ አይደለም፡፡ አስተማሪ አንድን የትምህርት ክፍል ለማስተማር ገና ሲጀምር እሱ በሚገባ ይገነዘበዋል፡፡ ለተምትሜ ምንም አይነት የትምህርት ጽንሰ-ሃሳብ ከባድ አይደለም፡፡ የተምትሜ ችግር ከስሜቱ ጋር የተያያዘ ችግር ነው፡፡ በትምህርት ቤት አካባቢ የሚታወቀው በስሜታዊነቱ ነው፡፡

ተምትሜ ማታ ማታ ወደቤቱ በጊዜ የመግባት ልማድ የለውም፡፡ ከጓደኞቹ ጋር ወዲህና ወዲያ ሲል በጣም ካመሻሸ በኋላ ነው ቤቱ የሚገባው፡፡ ቤት ከገባም በኋላ ይህንና ያንን ፊልም ሲያይ ያነጋል፡፡ በዚህ ምክንያት ትምህርት ቤት ከሚሄድባቸው ቀናት የማይሄድባቸው ይበዛሉ፡፡ ይህም ሆኖ፣ በአጭር ጊዜ በሚያደርጋቸው ጥናቶች ፈተናዎቹን ሁሉ ያልፋል፡፡ ሆኖም፣ ለማጥናት በሚል ሰበብ ቀስ በቀስ ማኘክ የጀመረው ጫት ዛሬ ሱስ ሆኖበት ቢያጠናም ባያጠናም ከአፉ አይለየውም፡፡ ጫት ያልቃመ ቀን በየምክንያቱ ቁጣ ቁጣ ይለዋል፡፡

አንድ ቀን ጫት መግዣ አጥቶ ሳይቅም ትምህርት ቤት ሄደ፡፡ ቀኑ የፈተና ቀን ነበርና ፈተና ሲወስድ "ለምን ከእኔ ኮረጅክ" ብሎ አጠገቡ ከሚቀመጥ ሌላ

ተማሪ ጋር በመጣላቱ ምክንያት ነገሩ ተፋፍሞ የትምህርት ቤቱ አመራር ድረስ ደርሶ ነበር፡፡ ብዙም ሳይቆይ "ከሰራሁት በታች ውጤት ነው የተሰጠኝ" በማለት ከአስተማሪው ጋር በመጋጨቱ መረጋጋት ስላልቻለ ከአስተማሪው ጋር ግብ ግብ ሊገጥም ሲነሳ ነገሩን ለማረጋጋት ሙከራ ለማድረግ መካከላቸው የገባን አንድ ተማሪ በመምታት ይጥለዋል፡፡ የተመታው ተማሪ ጉዳት ጠንከር ያለ ስነበር ጉዳዩ ተምትሜን ወዳላሰበው ሁኔታ ውስጥ ጨመረው፡፡ ከትምህርት ቤት ተባረረ፡፡

ከትምህርት ቤት በመባረሩ ምክንያት እቤትና ሰፈር መዋል ጀመረ፡፡ በሁኔታው በደረሰበት የሞራል ውድቀት ምክንያት አልባሌ ልማዶቹን ይበልጥ አፋፋማቸው፡፡ ይህንንም ባህሪውን የሚጋሩ ወጣቶች እጥረት አላጋጠመውም፡፡ በቤተሰቡና በሕብረተሰቡ መካከል በብዙ ይጠበቅ የነበረ ግሩም አእምሮ የነበረው ተምትሜ በሱሰኝነትና በስራ ፈትነት ተመትቶ "ተርታ" ሰው ሆኖ ቀረ፡፡

==

ምን ይመስልሃል?

- የተማሪ ተምትሜን ሁኔታ ስታስብ የስሜት ብልህነት በአእምሮ ብልህነት ላይ ብልጫ እንዳለው ያሳይሃል?
- ተማሪ ተምትሜ በአእምሮው ፈጣንና ትምህርት ቶሎ የሚገባው ሆኖ ሳለ ከንቱ ሆኖ የቀረው ለምን ይመስልሃል?

15.

የስሜት ውጥረትን የመቋቋም ብቃት

"ስሜቶችህ የአስተሳሰቦችህ ባሪያዎች ናቸው፣
አንተ ደግሞ የስሜቶችህ ባሪያ ነህ" - Elizabeth Gilbert

የስሜት ውጥረትን የመቋቋም ብቃት የሚያጠቃልለው ስሜትን በሚወጥርና በሚያጨናንቅ ሁኔታው ውስጥ አዎንታዊነትን ሳይለቁ የተለያዩ መንገዶችን በመጠቀም ውጥረትን የመቋቋምና ለጥቅም የማዋል ብቃታችንን ነው:: ይህ እውነታ ብዙ ልምምዶችን ያካተተ ነው:: ለምሳሌ መረጋጋትን፣ ትኩረትን አለማጣትንና ትክክለኛን መረጃ ይዞ አመለካከትን የመቀየር ብስለታችንን የሚጠቁም አለም ነው::

በስሜት ብልህነት የበሰለ ሰው የተለያዩ የሕይወት ለውጦች ሁኔታ፣ የአጉልና የአስቸጋሪ ሰዎች ሁኔታና እንዲሁም የተለያዩ የገጠመኝ ቀውሶች ሁኔታ በፊቱ ሲደነቀሩ ሚዛኑን ሳይለቅ ለመኖር የበቃ ሰው ነው:: ጤና ቢስ አሳብ ስሜቱን ባሪያ እንዳያደርገውና እሱ ደግሞ የዚያ ስሜት ባሪያ እንዳይሆን በንቃት የሚጠብቅ ሰው ነው:: ይህ ሁኔታ የሚከተሉትን ሶስት እውነታዎች ያጠቃልላል::

ለውጥን አያያዝ

“በዚህ አለም ላይ ነገሮችን ተቋቁሞ የሚኖር ፍጥረት ጠንካራ የሚባለው ወይም አዋቂ የተባለው የፍጥረት ዝርያ አይደለም፣ ለለውጥ ፈጥኖ ምላሽ የሚሰጠው እንጂ” – Charles Darwin

ለውጥን አያያዝ ማለት አካባቢና ሁኔታዎች ሲለዋወጡ ከእውነት ሳይወጡና ሳያመቻምቹ ለተከሰተው ለውጥ ትክክለኛውን ምላሽ በመስጠት ከለውጥ ጋር አብሮ መራመድ ማለት ነው፡፡ ከለውጥ ጋር አብሮ መራመድ ማለት ከመጣው ለውጥ ሁሉ ጋር አብሮ ወዲህና ወዲያ መንገላታት ማለት አይደለም፡፡ አንድ ለውጥ ሲከሰት ለዚያ ለውጥ ትክክለኛውን ምላሽ መስጠት ማለት ነው፡፡

ቀደም ብለን እንደተመለከትነው ለለውጥ የምንሰጠው ምላሽ እጅግ በጣም ወሳኝ ነው፡፡ ለለውጥ ግትር መሆን መሰበርንና ኋላ መቅረትን ያስከትላል፡፡ የለውጥን ድምጽ ሰምቶ ለውጡ ላመላከተን የወቅቱ እውነታ ትክክለኛ ምላሽ መስጠት በሁለት ይከፈላል፡፡ በአንድ ጎኑ፣ መቋቋም ያለብንን ለውጥ በጥበብ መቋቋም ሲሆን፣ በሌላኛው ጎኑ አብረን መጓዝ ላለብን ለውጥ ደግሞ መርህንና እውነትን ሳይለቁ አብሮ መራመድን ያጠቃልላል፡፡

ውጥረትን መቻል

“የሚገድለን ውጥረት አይደለም፡፡ በህይወት እንድንኖር ግን ለውጥረት ትክክለኛውን ምላሽ መስጠት አለብን” – George Vaillant

ውጥረትን መቻል ማለት በሚወጥሩና በሚያጨናንቁ ሁኔታዎች ውስጥ ሲያልፉ ምንም አይነት አካላዊም ሆነ ስሜታዊ ቁስልን ሳያተርፉ በተገቢ ሁኔታ ተቋቁሞ ማለፍ ማለት ነው፡፡ ይህ እንዲሆን ግን ውጥረቱን አያያዝ ማወቅ አስፈላጊ ነው፡፡ ውጥረትን በስሜታዊ ብልህነት ለመያዝ ውጥረቱን ከማፈንና ውስጥን እንዲጎዳ ከመፍቀድ ይልቅ የሚተነፍስበትን መንገድ መቀየድ አስፈላጊ ነው፡፡

ውጥረትን ማፈን ማለት ለተከሰተው ውጥረት ምክንያት በሆነው ሰውም ሆነ ሁኔታ ምክንያት ስሜታዊ መሆን፣ መጨነቅና የውስጥ መጎዳት ማለት ነው፡፡ በተቃራኒው፣ ውጥረትን ለማስተንፈስ የተለያዩ መንገዶችን መጠቀም እንችላለን፡፡ ከእነዚህ መንገዶች አንዱ ያለብንን ውጥረት ከሌሎች ሰዎች ጋር መጋራት ነው፡፡ ለእኛ ያስቸገረን ችግር ለሌላኛው ሰው እጅግ ቀላል ሊሆን ይችላል፡፡ ውጥረትን በስሜት ጽንአት የመብሰያ መንገድ አድርጎ መውሰድም ሌላው አስፈላጊና ጤናማ እርምጃ ነው፡፡

አዎንታዊነት

"ሰዎች በአስቸጋሪ ሁኔታዎች ምክንያት አይደለም የሚረበሹት፣ በሁኔታዎቹ ላይ ባላቸው እይታ ምክንያት እንጂ" - ካልታወቀ ምንጭ

አዎንታዊነት ማለት በሚያስደስትም ሆነ በሚያሳዝን የሕይወት ሁኔታና ገጠመኝ ውስጥ "የይቻላል" ዝንባሌን ሳይለቁ መኖር ማለት ነው፡፡ የህይወት ክስተቶች ጊዜያዊ እንደሆኑና ማንኛውም ችግር መፍትሄ ሊገኝለት እንደሚችል የማሰብ ዝንባሌ ብሩህ ዝንባሌ ነው፡፡ ከዚያም በተጨማሪ ከዝናቡና ከጭጋጉ በኋላ የቀስተ-ደመናውንና የፀሐዩን ውበት የሚያሳየን ወቅት እንደሚከተል የማሰብ መረጋጋት ነው፡፡

የአዎንታዊነት አመለካከት የሚያስፈልገን በአስቸጋሪ ሁኔታዎች ውስጥ ስናልፍ ብቻ አይደለም፡፡ አንዳንድ ሰዎች ጥሩ ገጠመኞቻቸው እንኳን እንደማይዘልቁና ብዙ ሳይቆይ ነገሩ ወደ ከፉ እንደሚለወጥ የማሰብ ዝንባሌ አላቸው፡፡ ይህ ዝንባሌ የመልካሙን ጊዜ ውበት እንዳይደሰቱበት ሃሳባቸውን ከመስረቁም ባሻገር እንቅፋቶችን የመጠባበቅና እነሱ ላይ ብቻ የማተኮር እይታ እንዲኖራቸው ያደርጋል፡፡

እስካሁን ድረስ በተመለከትናቸው ሶስት ክፍሎች ውስጥ የሚገኙ ምእራፎች ያዘሉት እውነት የስሜትን ብልህነት በሚገባ የሚያሳዩ ነጥቦች ናቸው፡፡ ስለሆነም፣ የስሜትን ብልህነት መሰረታዊ እውነታ በማወቅ ደረጃ በቂ ናቸው ብዬ አምናለሁ፡፡ ሆኖም የስሜት ብልህነት በቀጥተኛነት ይዛመዳል ብንል የምናምንበትን የአለመግባባትን ሁኔታ ሳንነካ ማለፍ አይገባንም፡፡ በሚቀጥለው ክፍላችን ባሉት ምእራፎች ውስጥ እንደምንመለከተው የስሜት ብልህነት ማሕበራዊ በሆነው የብልህነት ገጽታው አለመግባባትን በመፍታት ረገድ ትልቅ ስፍራ አለው፡፡

የስሜት ብልህነት

በአመራር አለም

አቶ ድንገቱ የሚያስዳድሩት መስሪያ ቤት ከ200 በላይ ሰራተኞች አሉት፡፡ በእሳቸው ስር በረዳት አስተዳደር ስራ የተሰማሩ ከ10 ያላነሱ ሰዎች አላቸው፡፡ አቶ ድንገቱ በሃምሳ አመት እድሜአቸው ወደዚህ መስሪያ ቤት በአስተዳዳሪነት ከመጡ ካለፉት ሁለት አመታት ወዲህ መስሪያ ቤቱ በተለያዩ ማህበራዊና አስተዳደራዊ ችግሮች በመተራመስ ላይ ነው፡፡ ረዳት አስተዳደሮቹ ካለማቋረጥ ወደ እሳቸው በመምጣት ለአንዳንድ ችግሮች መፍትሄ ለማግኘት የሚያደርጉት ሙከራ ተስፋ አስቆራጭ እንደሆነ ይናገራሉ፡፡ አቶ ድንገቱ የአንድን ሰው ሃሳብ ሳያስጨርሱ መልስ የመስጠት ዝንባሌ አላቸው፡፡

አብዛኛውን ውሳኔአቸውን የሚያስተላልፉት ወደቢሮ ሲገቡ ወይም ከቢሮ ሲወጡ እየተራመዱ ነው፡፡ አቶ ድንገቱ ድምጻቸውን ቀንሰው ሲናገሩ ተሰምቶ አይታወቅም፡፡ በአንድ ነገር ላይ ያላቸው አቀራረብ ወይ ዜሮ ወይም ደግሞ መቶ ነው፡፡ ወይ አሁኑኑ ይሁን ወይም ደግሞ በፍጹም አይሆንም፡፡ ወይ ደንፍተው ይናገራሉ ወይም ደግሞ በፍጹም አያናግሩም፡፡ በዚህ አቀራረባቸው ምክንያት በአካባቢያቸው ያለ ሰው እሳቸው ጋር ለመግባት ብዙ አንገራግሮ ነው፡፡

የመስሪያ ቤቱ ችግር መጉላት የጀመረው ረዳት አስተዳደሮች አንድ በአንድ ስራቸውን በድንገት መልቀቅ ሲጀምሩ ነው፡፡ በድንገት ስራ ከለቀቁት ቁልፍ ረዳት አስተዳዳሪዎች መካከል አንዳንዶቹ በቅርቡ በአስተዳደሩ በድንገት በተላለፉ ውሳኔዎች ምክንያት በተሰሩ ስህተቶች ተወቃሽነቱ በእነሱ ላይ በመሆኑ ነው፡፡ ሌሎቹ ደግሞ ከስራ የመልቀቃቸው ምክንያት ሲናገሩ “አንድን ውጤት በቶሎ

ካላስመዘገብክ ትባረራለህ" የሚልን የዛቻ መልእክት ደጋግመው ስለሰሙ፣ "ሳልባረር ባቆም ይሻላል" በሚል ነው::

አቶ ድንገቱ የሰሙትን ወሬ ሁሉ የማመንም ዝንባሌ አላቸው:: አንድ ሰራተኛ በሌላኛው የስራ ባልደረባው ላይ ክስን ይዞ ከቀረበ ለተከሳሹ የማስጠንቀቂያ ደብዳቤ ለመጻፍ አንድ ቀን አይፈጅባቸውም:: በዚህ ባህሪያቸው ምክንያት በየጊዜው ከስራ ገበታቸው ካለከፍያ ለወራት የሚታገዱና ከዚያም አልፎ ካለምንም ቅድመ-ማስጠንቀቂያ ከስራ የሚባረሩ ሰራተኞች ቁጥር በርካታ ነው::

ቁልፍ ሰዎች ከመስሪያ ቤቱ በመልቀቃቸው ምክንያት የደረሰውን ማሽቆልቆል ለማስተካከል በሚደረጉ የመፍትሄ ስብሰባዎች ላይ የሚሰነዘሩ ሃሳቦች በሙሉ እሳቸውን ለመውቀስ እንደተሰነዘሩ ስለሚያስቡ "የተከላካይነት" ዝንባሌ ማሳየትን ጀመሩ:: ብዙም ሳይቆይ የድርጅቱ ገቢ በመቀነሱ ለብዙ ሰራተኞች ከስራ መቀነስ ምክንያት ሆነ::

==

ምን ይመስልሻል?

- የአቶ ድንገቱ ዋነኛ ችግሮች ምን ምን ይመስሉሻል?
- አቶ ድንገቱ በዚህ እድሜአቸው ይህንን ዝንባሌአቸውን ሊያሻሽሉ የሚችሉበት እድል ያላቸው ይመስልሻል? ለምን?

ክፍል አራት

ማሕበራዊ ብልህነትና የአለመግባባት ምንነት

አንዳንድ አዋቂዎች "ማሕበራዊ ብልህነት" ለብቻው ሊጠቀስና ሊጠና የሚገባው የስሜት ብልህነት ዘርፍ ነው ብለው ያምናሉ፡፡ በዚህ ክፍላችን ይህንን የስሜት ብልህነት አካል የሆነውን ማሕበራዊ ብልህነትን አለመግባባትን ከመፍታት እውነታ አንጻር እንመለከታለን፡፡ አለመግባባትን አያያዝ ታላቅ የሆነ የስሜታዊ ብልህ ሰው ምልክት ነውና፡፡

በዚህ ክፍላችን የምንመለከታቸው የአለመግባባት መሰረታዊ እውነታዎች የሚከተሉት ናቸው:-

• መሰረታዊ የአለመግባባት መንስኤዎች
• ለአለመግባባት የሚሰጡ የተለመዱ ምላሾች
• አለመግባባትና የአሮጌ እይታ ተጽእኖ
• ውጤት- አልባ የሆኑ የመፍትሄ መንገዶች
• አለመግባባትና መፍትሄዎቹ

16.

መሰረታዊ የአለመግባባት መንስኤዎች

"ልዩነትና አለመግባባት የማይቀሩ ጉዳዮች ናቸው፤ ጦርነትና ጸብ ግን የምርጫ ጉዳይ ነው" - Max Lucado

አለመግባባት (Conflict) ማለት ምን ማለት ነው?

አለመግባባት ማለት በግለሰቦች፣ በተቋሞች፣ ወይም በድርጅቶች መካከል የሚፈጠር አብሮ ያለመሄድ፣ የተቃራኒነትና በአንድ ጉዳይ ላይ ያለመጣጣም ሁኔታ ነው፡፡ አለመግባባት በሁለት ግለሰቦች መካከል፣ በአንድ ግለሰብና በድርጅት መካከል፣ በሁለት ቤተሰቦች መካከል፣ በሁለት ድርጅቶች መካከል፣ በሁለት ጎሳዎች መካከል፣ ወይም በሁለት አገሮች መካከል ሊከሰት ይችላል፡፡ የአለመግባባት መንስኤው ዘርፈ-ብዙ ቢሆንም አለመግባባቱን የሚያባብሰው ግን በቁጥጥር ስር ያልዋለ ስሜታዊነት ነው፡፡

"ባህሪያችንን፣ አስተሳሰባችንንና ስሜታችንን በመቆጣጠር ደረጃ ያለንን ሃላፊነት ካላወቅን እኛ አደገኛ ሰዎች ነን" - Marshall B. Rosenberg

የአለመግባባት መንስኤዎች

አለመግባባት በተለያዩ ምክንያቶች ሊከሰት ይችላል፡፡ አንዳንዶቹ ምክንያቶች እውነተኛ የአለመግባባት ምንጮች ሊሆኑ ሲችሉ፣ ሌሎቹ ግን ከእይታ ክፍተት የሚመጡ፣ ቀድሞውኑ አለመጣጣምን ሊያመጡ የማይገባቸው ሁኔታዎች ሊሆኑ ይችላሉ፡፡ የሚከተሉት ነጥቦች ከተለመዱት የአለመግባባት መንስኤዎች መካከል ዋና ዋናዎቹ ናቸው፡፡

1. ከልዩነት የሚመነጭ አለመግባባት

በተለያዩ የማሕበራዊ ዘርፎች ከምናገኛቸው ሰዎች ጋር በብዙ ነገር እንለያያለን፡፡ እይታችንን ከቃኘነው፣ ይህ ልዩነት የብርታት እንጂ የድካም ምንጭ ሆኖ ሊታይ አይገባውም፡፡ በሌላ አባባል ከእኛ ለየት ያለን ሰው እንደጠላት ከማየት ይልቅ ልዩነታችንን እንደ ብርታት በመመልከት ለመልካም መጠቀም እንችላለን፡፡ የተለመዱ የልዩነት ነጥቦች የሚከተሉት ናቸው፡፡

- የአመለካከት ልዩነት፡- ሁሉም ሰው የግል የሆነ የእይታ ቅኝት ስላለው፣ ሁለት ሰዎች በአንድ ነገር ላይ አንድ አይነት አመለካከት ሊኖራቸው አይችልም፡፡ በማሕበራዊ ብልህነት የበሰለ ሰው ሁኔታውን እንደ "ሀብት" ይመለከተዋል፡፡ የዚያኛው ሰው እይታ ከእኔ ለየት በማለቱ ምክንያት እኔ የማላየውን ጎን ለማየት ያስችለኛል የሚል ሌሎችን የማቀፍና የመጠቀም ሃብት ነው፡፡
- የትምህርት ደረጃ ልዩነት፡- የተለያየ የትምህርት ደረጃ ያላቸው ሰዎች በማሕበራዊ ኑሮ ሲገናኙ በመካከላቸው ክፍተት ሊፈጠር ይችላል፡፡ ይህ ደግሞ በትዳር፣ በንግድ አጋርነትም ሆነ በስራ ባልደረባነት ውስጥ የሚታይ ሁኔታ ነው፡፡ በተለያየ የእውቀት ደረጃ ሆኖ ካለምንም የትምክህት ወይም የዝቅተኝነት ስሜት አብሮ መስማራት በማሕበራዊ ብልህነት የመብሰል ሌላው ምልክቱ ነው፡፡

- የኢኮኖሚ ልዩነት፡- የሰፋ የኢኮኖሚ ክፍተት ያላቸው ሰዎች በአንድ ላይ ሲኖሩ የአለመግባባት ምንጭ ሊሆን ይችላል፡፡ አንድ ሰው በማሕበራዊ ብልህነት ሲበስል የአንድ ሰው ክብሩ ያለው ሀብቱ ላይ ሳይሆን ማንነቱ ላይ እንደሆነ ማየት ይጀምራል፡፡ ስለሆነም፣ "አለኝ" የሚለው ከመታበይ፣ "የለኝም" ባዩ ደግሞ ከአጉል ዝቅተኝነት መቆጠብን ይጀምራል፡፡

2. ከፍላጎት (Need) የሚመነጭ አለመግባባት

ሁላችንም በስራ ቦታ፣ በጉርብትና፣ በወዳጅነትም ሆነ በትዳር መስኮቻችን ውስጥ የግል ፍላጎቶች አሉን፡፡ እነዚህ ፍላጎቶች በማሕበራዊ ብልህነት ካልተያዙ ለአለመግባባት ሊዳርጉን ይችላሉ፡፡ ይህ የሚሆነው፣ የግል ፍላጎት ከአንድ ማሕበራዊ ግንኙነት ውስጥ እናገኛለን ብለን የምንጠብቀውን ነገር ስለሚያጎላው ነው፡፡ የሚከተሉትን መንስኤዎች እናጢን፡፡

- ፍላጎት ችላ ሲባል፡- እኛ የሌላኛውን ወገን ፍላጎት ቸል ስንል፣ የግላችን ፍላጎት በሌላው ሰው ቸል ሲባልና፣ ወይም ግንኙነቱ እንዲቀጥል የሚያደርጉ አስፈላጊ ነገሮች ቸል ሲባሉ አለመግባባት ይፈጠራል፡፡ በዚህ ሁኔታ ላይ ማሕበራዊ ብልህነት ትልቅ ስፍራ አለው፡፡ ፍላጎትን በመግለጽ፣ የግንኙነቱን ትልቅ ስእል በማየትና በመታገስ የማሕበራዊ ብልህነትን ማዳበር ይቻላል፡፡
- የፍላጎት (Need) እና የምኞት (Desire) ግጭት፡- ፍላጎት ማለት የግድ ማግኘት ያለብን አስፈላጊ ነገር ነው፡፡ ምኞት ግን የማያስፈልግ፣ ነገር ግን ለማግኘት የምንፈልገው ነገር ነው፡፡ የሚያስፈልገንን ነገር ለማግኘት አስፈላጊውን እርምጃ መውሰድ ጠቃሚ ነው፡፡ በማሕበራዊ ብልህነት ስንበስል ግን የምንመኘውን ነገር ባናገኝም በአስፈላጊው ነገር ላይ በማተኮር ማሕበራዊ ሕይወትን አጣጥመን እንኖራለን፡፡

- የፍላጎት አለመጣጣም፡- አንዱ ወገን የሚያስፈልገውን አግኝቶ ሌላኛው ወገን ግን የሚያስፈልገው ነገር ተቃራኒ ሲሆንና ሳያገኘው ሲቀር አለመግባባት ሊፈጠር ይችላል፡፡ በሌላ አባባል የአንዱ ወገን ጥቅም ለሌላኛው ጉዳት የሚሆንበት ጊዜ ይኖራል፡፡ ይህም ሁኔታ ታላቅ ማሕበራዊ ብልህነትን የሚጠይቅ ጉዳይ ነው፡፡ ሁል ጊዜ የምንፈልገውን ነገር ማግኘት አንችልምና፡፡

3. ከእይታ የሚመነጭ አለመግባባት

ሁለት ሰዎች አንድን ነገር ተመልክተው በተለያየ መልኩ የመገንዘባቸውን ሁኔታ በግልጽነት ተወያይተውበት ለመግባባትና ልዩነትን ለማስታረቅ ወይም ለማጥበብ ካልጣሩ በስተቀር ክፍተት ይፈጠራል፡፡ የእይታን ልዩነት በረጋ መንፈስ ተመልክቶ በቅጡ ለመያዝና ብቃትን ለማዳበር ማሕበራዊ ብልህነትን የሚጠይቅ ጉዳይ ነው፡፡ ሶስት የእይታ ክፍተቶች፡-

- በራስ ላይ ያለ እይታ፡- ሰዎች በእኛ ላይ ያላቸው አመለካከት "እንዲህ ነው" በሚል መልኩ ራሳችንን ማየት ስንጀምርና እነሱ በዚያ መልክ ካላዩን አለመጣጣም ይከሰታል፡፡ ሰዎች በእኛ ላይ ምንም አይነት አመለካከት እንዳይኖራቸው ማድረግ አንችልም፡፡ ማድረግ የምንችለው ያላቸውን አመለካከት በትክክል አውቀን በሚገባ የመያዝና ምላሹን የማወቅ ብልህነትን ማዳበር ነው፡፡
- በሌሎች ላይ ያለን እይታ፡- አብረውን ባሉ ሰዎች ላይ ያለን እይታ እነሱ ከሆኑት ወይም ነኝ ብለው ከሚያስቡት ጋር ከተለያየ የአለመግባባት ምንጭ ሊሆን ይችላል፡፡ ልክ ሌሎች ሰዎች በእኛ ላይ ያላቸው አመለካከት የተዛባ ሲሆን የስሜት ቀውስ እንደሚፈጥርብን ሁሉ፣ ሌሎችም ሰዎች ያልሆኑትን እንደሆኑ ማሰባችንን በሚያውቁበት ጊዜ የግንኙነትን ክፍተት ይፈጥራል፡፡
- በሁኔታዎች ላይ ያለን እይታ፡- የአንዳንድ ክስተቶችና እንዲሁም እኛን በሚነካ ጉዳይ ላይ ውሳኔ የሚያስተላልፉ ሰዎች ተግባር ያለመግባባት ሁኔታን ሊፈጥር ይችላል፡፡ ይህ የሚሆነው በጉዳዩ ላይ ያለን እይታ ከተግባሩና ከውሳኔው መንፈስ

ጋር በማይጣጣምበት ጊዜ ነው:: ማሕበራዊ ብልህነትን ያዳበረ ሰው ስሜታዊነት ውስጥ ከመግባቱ በፊት ግራና ቀኙን የሚያጤን ሰው ነው::

4. ከስልጣን የሚመነጭ አለመግባባት

ሰዎች ስልጣን በእጃቸው ሳይዙ ምንም አይነት ነገር በአለም ላይ ሊከናወን አይችልም:: ከሃገር ጀምሮ እስከ ድርጅት፣ አልፎም እስከተለያዩ የንግድም ሆነ የማሕበራዊ ተቋሞች ሰዎች ስልጣንን የመያዛቸው ጉዳይ አስፈላጊ ነው:: ሆኖም የስልጣን ጉዳይ በማሕበራዊ ብልህነት ካልተያዘ የብዙ አለመግባባት ምክንያት ሊሆን ይችላል:: ሶስት እይታዎች:-

- የተበላሸ ስልጣን:- አንዳንድ ሰዎች የተሰጣቸው ስልጣን እንዳሸቸው የመጠቀም ዝንባ አላቸው:: ሁሉም ሰው ግን እንዲያ አይደለም:: ወደ አንድ ስልጣን የመጣ ሰው ብዙ እንቅስቃሴ ስለሚያደርግ ለሰዎች ተቃውሞ የተጋለጠ ነው:: በማሕበራዊ ብልህነት የበለጸገ ሕብረተሰብ መሪነትንና ተመሪነትን አስታርቆና ውጥረቶችን በተገቢው ሁኔታ "በማስተንፈስ" የሚጓዝ ህብረተሰብ ነው::
- በስልጣን ላይ ያለን ቅድመ-ልምምድ:- ከዚህ ቀደም በስልጣን ላይ የነበረ ሰው ካለአግባብ ጎድቶን እንደነበረ ካሰብን አሁን ከስልጣን ጋር በሰላም አብሮ ለመኖር ያለንን ቅንነት ይበክለዋል:: ሆኖም፣ ሌሎች ሰዎች በሰሩት ስህተት ምክንያት በሕብረተሰቡ መካከል ሊኖረን ከሚገባ ቅን ተሳተፎ መገታት የማሕበራዊም ሆነ የስሜታዊ ብልህነትን አያመላክትም::
- የስልጣንን ትርጉም አለመገንዘብ:- በተለያዩ ተቋሞች ውስጥ ለአንድ ግለሰብም ሆነ ለአንድ ቡድን ስልጣን የሚሰጠው ከባለስልጣኑ ክፍል የሚወርደውን መመሪያና አቅጣጫ በመቀበልም ሆነ የተሻሉ ሃሳቦችን በማቅረብ በመሳተፍ ወደ አንድ ዓላማ እንድንገሰግስ ሆኖ ሳለ፣ ስልጣን ያለው ሰው ክፉ፣ የማይታመንና ተቃውሞ የሚገባው ሲመስለን ችግር ይፈጠራል::

5. ከመርህ የሚመነጭ አለመግባባት

መርህ ማለት ቅድሚያ ሊሰጠው ይገባል ብለን የምናምንበት ሕይወታችንንና ውሳኔአችንን የሚነካ መመሪያችን ነው፡፡ መርህ አንድን ነገር ለምን እንደምናደርገውና ከአንድ ተግባር ጀርባ ያለንን የመነሻ ሃሳብ ጤናማነት የሚያመለክተን ጉዳይ ነው፡፡ ስለዚህም ከመርህ የተያያዙ የአለመግባባት መንስኤዎችን ማጤን አስፈላጊ ነው፡፡

- የመርህ አለመኖር- ግልጽ የሆነ መርህ የሌለበት ስፍራ የብዙ አለመጣጣምና አለመግባባት ስፍራ ነው፡፡ ይህ የሚሆንበት ምክንያት ሁሉም ሰው ለራሱ ትክክል የመሰለውን ነገር ስለሚያደርግ ነው፡፡ በተቃራኒው ሁሉም ያመነበትና የተስማማበት መርህ ያለበት ስፍራ ከብዙ አለመግባባት ነጻ የሆነ ስፍራ ነው፤ አንድን ጉዳይ አስመልክቶ ሁሉም ምን እንደሚጠበቅበት ስለሚያውቅ፡፡
- የመርህ አለመጣጣም፡- በአንድ የስራ ወይም የወዳጅነት መስክ የተሰማሩ ሰዎች በአንድ ጉዳይ ላይ ያላቸው የመርህ እይታ ተቃራኒ ሲሆን የአለመግባባት ምንጭ ይሆናል፡፡ ማንኛውም ሰው ትክክል አካሄድ ነው ብሎ ያመነበትን መንገድ ሌላው ሰው ረግጦበት ሲያልፍ የቅሬታ ምክንያት ሊያገኝ ይችላል፡፡ ይህ ሁኔታ በአንድ አላማ ለመሰለፍ የመርህን መጣጣም አስፈላጊነት ያጎለዋል፡፡
- የመርህን ቅደም-ተከተል ማዛባት፡- ቅድሚያ ሊሰጣቸው የሚገባቸውን ነገሮች ገፍተን አስፈላጊነታቸው አናሳ የሆኑ ነገሮችን እንደዋነኛ መርህ ማስቀደም ውጥረት ይፈጥራል፡፡ አንዳንድ ልንወስዳቸው የሚገቡን አቋሞች ከሌሎቹ የከረሩ፣ ፈጣንና ግልጽ እርምጃ ልንወስድባቸው የሚገቡ ጉዳዮች በሚሆኑበት ጊዜ ቅደም-ተከተልን በሚገባ ማወቅ ከአለመግባባት ይጠብቀናል፡፡

6. ከስሜት የሚመነጭ አለመግባባት

በማንኛውም ግንኙነት ውስጥ በመጠኑም ቢሆን ስሜት ይገለጣል፤ አንዳንዱ ለተመልካቹ ግር እስከሚል ድረስ የጋለ፣ ሌላው ደግሞ እጅግ የቀዘቀዘ። ስሜት መገለጡ ለብቻው ችግር ባይፈጥርም ስሜትን በምን መልኩ እንደምንይዘው ካላወቅንበት በሰዎች መካከል አለመግባባትን የመፍጠር አቅም አለው። ሶስት የአለመጣጣም ሁኔታዎችን እናጢን፡-

- ልቅ ስሜት፡- ሰዎች ስሜታቸውን ከቁጥጥር ውጪ እንዲሆን ሲፈቅዱ አለመግባባትን ከመፍጠር አልፈው የበለጠ እንዲፋፋምና መፍትሄ እንዳይገኝ ሊያደርጉ ይችላሉ። በዚህ ጽሑፋችን ውስጥ ደጋግመን ለመመልከት እንደሞከርነው ስሜት የተፈጥሮ ህግ ነው፣ ስሜትን አገላለጥ ማወቅ ግን ብልሆች ብቻ የሚያዳብሩት ጥበብ ነው።
- እምቅ ስሜት፡- ሰዎች ስሜታቸውን በአግባብ ከመግለጥ ይልቅ ውስጣቸው አምቀውት ሲሄዱና በግል ውሳኔአቸው ሲገልጡት ክፍተት እየበዛ ይሄዳል። ይህንን ሁኔታ እምቅ ስሜት አልነው እንጂ ሰዎቹ ዘወር ብለው ስሜታቸውን በአንዳንድ የግል ውሳኔዎቻቸው ስለሚገልጡት ያው ዞሮ ዞሮ ስሜት መገለጡ አይቀርም። ውጤቱም ጤናማ አይሆንም።
- የተከለከለ ስሜት፡- ሰዎች በጤናማ ሁኔታ ስሜታቸውን እንዲገልጹ ሁኔታዎችን ከማመቻቸት ይልቅ ስሜት እንዳይገለጥ የሚከለክል ሁኔታ ሲከሰት አለመግባባትን ያስፋፋል። ሰዎች በአንድ ጉዳይ ላይ ያላቸውን ማንኛውንም አይነት ስሜት በነጻነት እንዳይገልጹ ሲከለከሉና ሊከተላቸው የሚችል መዘዝ እንዳለ ሲያስቡ አለመግባባት ይሰፋል።

7. እርግጠኝነት ከጎደለው ሁኔታ የሚመነጭ አለመግባባት

ሰዎች በውስጣቸው ያለውን እምነታቸውንና አመለካከታቸውን ሚዛናዊ በሆነ መልኩ ቀርጸው ካልጨረሱና በጸና ሁኔታ ካልተደላደሉ የአለመግባባት መንስኤ ሊሆኑ ይችላሉ፡፡ ይህ ሁኔታ የምናስበውን፣ የምናምንበትንና ከአንድ ነገር ምን እንደምንፈልግ በማወቅ የመደላደልን ሁኔታ ያካትታል፡፡ ሶስት ዋና ዋና ጉዳዮችን አመላክተን እንለፍ፡-

- ያልተወሰነ ማንነት፡- ስለማንነታቸው፣ ስለሚፈልጉት ነገርና መርሃቸው ምን ሊሆን እንደሚገባው አመለካከታቸውን ቀርጸው ያልጨረሱ ሰዎች ሲበዙ አለመግባባትም ይበዛል፡፡ እንደመጣው ሰውና እንደተሰነዘረው ሃሳብ ወዲህና ወዲያ የመወላወል ደረጃ ላይ ያለ ሰው የተደላደለ ማንነትና አመለካከት ስለሌለው በገባበት ማሕበር ውስጥ የአለመግባባትን ክፍተት ይዞ ይገባል፡፡
- ያልተወሰነ ግንኙነት፡- ሰዎች ከወዳጆቻቸው፣ ከአንድ ድርጅት ወይም ማሕበር ምን እንደሚጠብቁና እንደሚፈልጉ እርግጠኛ ካልሆኑ ያለመግባባት ሁኔታ መከተሉ የማይቀር ነው፡፡ አንዳንድ ሰዎች በሁኔታቸውና በቃላቸው የሚያስተላልፉት መልእክትና ሁኔታ በውስጣቸው ከሚፈልጉትና ከሚጠባበቁት ሁኔታ ጋር የተለያየ ስለሆነ የጠበቁትን ሳያገኙ ሲቀር ችግር ይፈጠራል፡፡
- ያልተወሰነ አቋም፡- ሰዎች በአንድ ሁኔታ ላይ ሊኖራቸው ስለሚገባ አቋም በሚገባ ካልበሰሉና የሚወስኑት ውሳኔ ሊያስከትለው ከሚችለው ሁኔታ አንጻር ወዲህና ወዲያ ሃሳባቸውንና አቋማቸውን ሲለዋውጡ ሁኔታው የአለመግባባትን ጥላ ይጥላል፡፡ በማሕበራዊና በስሜት ብልህነት መብሰል ከሚሰጠን የማንነት ጥራት አንዱ በሁኔታዎች ላይ ያለንን አቋም መለየት ነው፡፡

የስሜት ብልህነት በሙያ ዓለም

ፕሮፌሰር ሊቃውንት ትምህርትን እንደውኃ የጠጣ ሰው ነው፡፡ ከአንድ አባትና ከአንድ እናት ከተወለዱ ሶስት ልጆች መካከል የመጨረሻው ነው፡፡ አባቱ በአገር ውስጥ የታወቁ የሕክምና ባለሞያ በመሆን ለብዙ አመታት ሰርተዋል፡፡ እናቱም እንዲሁ የተማሩ ናቸው፡፡ እህቱና ወንድሙም አሉ የተባሉ ተማሪዎች ነበሩ፡፡ በአጭሩ፣ በትምህርት ቤት ጥሩ ውጤት ማስመዝገብ ከቤት ነው፡፡

ፕሮፌሰር ሊቃውንት ገና በወጣትነቱ የሕክምና ትምህርቱን "ሰቅሎ" ነው የጨረሰው፡፡ በዚያ የህክምና ተቋም ታሪክ እሱ ያስመዘገበውን ውጤት ማንም ሰው አስመዝግቦ አያውቅም፡፡ የሕክምና ተቋሙ ለአስተማሪነት ይፈልገውና በዚያው ያስቀረዋል፡፡ ያላገባና የቤተሰብ ጫና የሌለበት ሰው በመሆኑ ባለው ትርፍ ጊዜ በዚያው ተቋም ቅጥር ግቢ ውስጥ ባለው ሆስፒታል ውስጥም በሕክምና ሞያ ይሰራል፡፡ በሚሰራበት አካባቢ ያሰበውን ሃሳብ ከመናገር ምንም የማይከለክለውና ማንንም የማይፈራ ሰው ነው፡፡ በአስተዳደርም አካባቢ ከባህሪው ኃይለኛነት ይሁን ወይም ሞያውን ላለማጣት ባይታወቅም በጣም ነው የሚፈራው፡፡ ስለአጠያያቂ ባህሪው በማንሳት በፊቱ ደፍሮ አነጋግሮት የሚያውቅ አንድም ሰው የለም፡፡

ይህ ጎልማሳ በሚያስተምርበት አካባቢ ከጥያቄ ነጻ ሆኖ አያውቅም፡፡ በትምህርት ቤቱ በውጤታቸው እንከን የማይገኝላቸው ወጣቶች ተመርጠው ነው የሚገቡት፡፡ ይህ መምህር በአንዲት ወጣት ተማሪ ቁንጅና ላይ አይኖቹን ከጣለ በተቻለው መጠን በእጁ ለማስገባት ይጥራል፡፡ ያልተሳካለት ከመሰለው ወደ ቁጣ፣ ወደ ዛቻና እንዲሁም የትምህርት ውጤትን ወደ ማበላሸት አልፎ ለመሄድ ምንም አያግደውም፡፡ በዚህ ባህሪው ምክንያት ቁጥራቸው ጥቂት ያልሆኑ ወጣት ሴቶች

አጠያያቂ በሆነ ሁኔታ ከትምህርት ገበታቸው ተስተጓጉለዋል፡፡

በሆስፒታል ውስጥም ከሕመምተኞች ጋር ያለው አቀራረብ ዘወትር ጥያቄ የሚያስነሳ ነው፡፡ ሕመምተኞቹን በማመናጨቅ፣ ጠንካራና ስሜት የሚነኩ ቃላትን በመናገርና አንዳንዶቹንም "አላክምም" በማለት ይታወቃል፡፡ በሽታቸውን በሚገባ ማስረዳት ያልቻሉትን ሕመምተኞች መታገስ አይችልም፡፡ ስለሕመማቸው በሚገባ ለመናገር የሚፈልጉትን ደግሞ፣ "ሃኪሙ አንተ ነህ እኔ?" በማለት አጣድፎ ያስወጣቸዋል፡፡ ከእነዚህ ባህሪዎቹ የተነሳ በትምህርትና በሕክምና ተቋሙ አካባቢ "ያልተማረው ምሁር" የሚል ቅጽል ስም ተሰጥቶታል፤ እስካሁን ቅጽል ስሙ እሱ ጆሮ አልደረሰም እንጂ፡፡

==

ምን ይመስልሃል?

- ለፕሮፌሰር ሊቃውንት "ያልተማረው ምሁር" በማለት ቅጽል ስም ያወጡለት ለምን ይመስሃል? ምሁርነቱ በምን ዙሪያ ነው? "ያልተማረ" የሚባልበትስ ሁኔታ ምንድን ነው?
- ለፕሮፌሰር ሊቃውንት በስሜት ብልህነት ዙሪያ አጠር ያለች የትምህርት ክፍለ-ጊዜ የመስጠት እድል ቢኖርህ ምን አይነት ትምህርት ቢያገኝ ጥሩ ነው ትላለህ? ለምን?

17.

ለአለመግባባት የሚሰጡ የተለመዱ ምላሾች

“ከአንድ ሰው ጋር ባለመግባባት ውስጥ ስትሆን፣ ከዚያ ሰው ጋር የሚኖርህን ወዳጅነት ወይ ለማፍረስ ወይም ደግሞ ለመገንባት ወሳኙ ዋነኛ ጉዳይ የአቀራረብ ዝንባሌህ ነው”

– William James

በዚህ ክፍላችን ውስጥ በማየት ላይ ያለነው የስሜትና የማሕበራዊ ብልህነትን በአለመግባባት ላይ ያለውን ስፍራ ነው:: በመጀመሪያው ምእራፋችን እንደተመለከትነው በሕብረተሰቡ መካከል በሚኖረን የተለያዩ ግንኙነቶች ብዙ የአለመግባባት ምንጮች አሉ:: እነዚህ የአለመግባባት ሁኔታዎች እንዳይከሰቱ ለማድረግ አንችልም:: ማድረግ የሚገባን ለሚከሰተው አለመግባባት ትክክለኛውን ምላሽ የሚሰጥን ስሜታዊ ብልህነትን ማዳበር ነው:: ምክንያቱም፣ አንድን ችግር ከባድ የሚያደርገው የችግሩ መግዘፍ ብቻ ሳይሆን ለችግሩ የምንሰጠው ምላሽም ጭምር ተደምሮ ስለሆነ ነው::

ብዙ ሰዎች በተሰማሩበት የትዳር፣ የማህበራዊም ሆነ የስራ መስክ ለሚከሰቱ አለመግባባቶች ምን ምላሽ መስጠት እንደሚገባቸው በሚገባ አያውቁትም:: ስለዚህም ለተከሰተው ሁኔታ በጊዜው ስሜታቸው ያነሳሳቸውን ምላሽ ሰጥተው ምላሻቸው

ያስከተለውን የውጤት መዘዝ በመቀበል ይጓዛሉ፡፡ ይህም ሁኔታ በማህበራዊ ሕይወታቸው ላይ ይህ ነው የማይባል አጉልና አሉታዊ ተጽእኖ ያስከትልባቸዋል፡፡ ከዚህ በታች የምንመለከተው በተለያዩ የማሕበራዊ መስኮቻችን አለመግባባቶች ሲፈጠሩ የሚወሰዱትን የተለመዱ ጤና ቢስ እርምጃዎች ነው፡፡

1. ጠላትነት

በአንድ ግንኙነት ውስጥ አለመግባባት ሲፈጠር በጣም ከተለመዱት ምላሾች አንዱ ጠላትነትን ማዳበር ነው፡፡ ከአንድ ሰው ጋር በተፈጠረው አለመግባባት ምክንያት ጠላትነትን በማዳበር ወደፊት ሊኖረን የሚችለው ግንኙነት ፈጽሞ የሚያበላሽ ሁኔታ ውስጥ መግባት በስሜት ብልህነት ያለመብሰል ምልክት ነው፡፡ ለምሳሌ፡- በሰዎቹ ላይ ከፉና ስማቸውን የሚያጠፉ ወሬን ማራባት፣ ለመክሰስ መፍጠን፣ እንደተበደሉ በማስወራት ሆን ብሎ ስምን ማጥፋት፣ ሰዎቹ በሕብረተሰቡ መካከል ያላቸውን ተቀባይነትና ተጽእኖ እንዲወርድ ማድረግ፣ አድማና የመሳሰሉት፡፡

2. ውድድር

ውድድር በሰዎች መካከል አለመግባባት ሲፈጠር የሚታይ የተለመደ ምላሽ ነው፡፡ በስሜታዊ ብልህነት ካልበሰልን በአለመግባባት ጊዜ ካልተግባባነው ሰው በልጦ ለመገኘት ወይም እንደምንበልጥ ለማስመሰል ጥረት እናደርጋለን፡፡ ስሜታችንን ገዝተን መልካም የሆነን ማሕበራዊ ብልህነት በማሳየት ለጉዳዩ መፍትሄ መፈለግ ስንችል ማለቂያ ወደሌላው ፉክክር ውስጥ እንገባለን፡፡ ለምሳሌ፡- ተሽሎ ለመታየት መጣጣር፣ እኛ እውነተኞች እደሆንን፣ እነሱ ግን ውሸተኞችና ሊታመኑ የማይገባቸው እንደሆኑ ለማሳመን መሯሯጥና እኛ ብቻ ብንደመጥ መፍትሄ እንደምናመጣ ለማሳየት መሮካከር፡፡

3. ራስን ማግለል

ይህ ራስን የማግለል ሁኔታ በትዳር፣ በጓደኝነትም ሆነ በአንዳንድ መስሪያ ቤቶች የሚታይ ለአለመግባባት የሚሰጥ የተለመደ ምላሽ ነው። ስሜታዊና ማሕበራዊ ብልህነት በአለመግባባት ጊዜ በተረጋጋ ስሜት ጉዳዩን እንድናጤንና ትክክለኛ መፍትሄ እንድንፈልግ ይረዳናል። በዚህ ብልህነት ካልበሰልን ግን አለመግባባት ከተፈጠረበት ሁኔታ ሁሉ ራሳችንን እያገለልን እንሄዳለን። ውጤቱንም መገመት አያዳግትም። ለምሳሌ፡- ስብሰባዎች ላይ አለመገኘት፣ ተገኝቶ በዝምታ መሞላት፣ ከእለት ተግባር መቅረት ወይም በሰዓት አለመገኘት፣ በተለያየ መልኩ ድጋፍ ሲጠየቅ አለመስጠትና የመሳሰሉት።

4. አውቆ ውጤታማ አለመሆን

ይህ አይነቱ ለአለመግባባት የሚሰጥ ምላሽ በተለይም በመስሪያ ቤቶችና በተቋማት አካባቢ የተለመደ ነው። በአንዳንድ ተቋማት ውስጥ አለመግባባት በሚከሰትበት ጊዜ በስሜታዊ ብልህነት በበሰሉትና ባልበሰሉት የስራ ባልደረቦች መካከል ለመለየት ብዙ ጊዜ አይፈጅም። በሳሎቹ በጉዳዩ ላይ የተረጋጋና ግራና ቀኙን የቃኘ ሚዛናዊ እይታ ሲኖራቸው፣ ብልህነት የጎደላቸው ግን በስሜታዊነት በመነሳት የተሰማሩበትን ስራ ወደሚበድል ምላሽ ይሄዳሉ። ለምሳሌ፡- ስራን በልገማ መስራት፣ ስራን ማዘግየትና ለነገ ማስተላለፍ፣ ለቡድን ስራ ልብን አለመስጠትና የመሳሰሉት።

5. የሞራል ውድቀት

ራሱን ሙሉ ለሙሉ ለአንድ ወዳጅነት ወይም ዓላማ የሰጠ ሰው በተሰማራበት አካባቢ አለመግባባት ሲከሰት ሁኔታውን በስሜታዊ ብልህነት ካልያዘው የሞራል ዝለት ሊያጠቃው ይችላል። የሞራል ውድቀት በስራ መስክ ሲከሰት በስራ ውጤትም ሆነ

በትርፋማነት ላይ ከባድ ጫና ያመጣል፡፡ የስሜት ብልህነት ያዳበሩት አመለካከታቸውን ጠብቀው መፍትሄ ሲፈልጉ፣ የስሜት ብልህነት የጎደላቸው ግን ለቸልተኝነት ራሳቸው ይሰጣሉ፡፡ ለምሳሌ፡- እንደቀድሞው ለውጤት አለመጓጓት፣ በግድየለሽነት መሞላት፣ ራስንም ሆነ ሌሎችን አለማነሳሳትና የመሳሰሉት፡፡

6. እውቀትን መከልከል

ይህ እውቀትን የመከልከል አሉታዊ ምላሽ በተለይም በአንዳንድ ተቋማት ውስጥ አለመግባባት ሲከሰት የሚታይ የተለመደ ዝንባሌ ነው፡፡ አሁንም ለማየት እንደምንሞክረው በስሜታዊ ብልህነት መብሰልና አለመብሰል የሚያመጣውን የምላሽ ልዩነት ነው፡፡ ብልሆች ሁል ጊዜ አለመግባባትንና የተሰለፉበትን አላማ ለይቶ የማየት መረጋጋት አላቸው፡፡ በስሜት ብልነት ያልበሰሉት ግን በአለመግባባቱ አጉል ተጽእኖ ስር በመውደቅ እውቀታቸውን ወደመከልከል ይሄዳሉ፡፡ ለምሳሌ፡- የተሻለ መንገድ እንዳለ እያወቁ ዝም ማለት፣ አውቆና ሆን ብሎ ማበላሸት፣ እውቀትን አለማካፈልና የመሳሰሉት፡፡

እንግዲህ ከላይ የተመለከትናቸው ለአለመግባባት አሳልፈው የሚሰጡ የተለመዱ አሉታዊ ምላሾች የስሜት ብልህነት በአለመግባባት ሊኖረው የሚችለውን ትልቅ ስፍራ ጠቋሚ ናቸው፡፡ እድሜ ልካችንን ሊከሰት የሚችለውን ይህንን አለመግባባት የተሰኘውን እውነታ በተገቢ ሁኔታ በማለፍ ስኬታማ የሕብረተሰቡ አካል መሆን ይቻላል፡፡ ይህ እንዲሆን ካስፈለገ ግን በአለመግባባት ላይ ያለንን እይታ መለወጥ ይኖርብናል፡፡ ይህም ማለት፣ አለመግባባትን ስናስብ መጀመሪያ የሚታየንን አሉታዊና የዝቅጠት ሁኔታ መለወጥ ማለት ነው፡፡ በምትኩ፣ የአለመግባባትን መልካም ጎን ለማየትና ትክክለኛውን የአያያዝ ዘይቤ ለማዳበር ራስን ማዘጋጀት ማለት ነው፡፡ የሚቀጥለው ምእራፋችን በአለመግባባት ላይ ያለውን አሮጌና አዲስ እይታ ንጽጽር ያመላክተናል፡፡

18.

አለመግባባትና የአሮጌ እይታ ተጽእኖ

"ሰላም ማለት የአለመግባባት አለመኖር ሳይሆን በመሸማቀቅ መደበቅን፣ አጉል ኃይለኝነትንና ጸበኝነትን የሚተኩ ትክክለኛ ምርጫዎችን የማምጣት ብቃት ነው" – Dorothy Thompson

በሕብረተሰቡ መካከል በአለመግባባት ላይ የከረረ አሉታዊ አመለካከትና ስሜት ይታያል፡፡ አለመግባባትን ለመፍታት በምናደርገው ጎዳና የመጀመሪያው እርምጃ ሊሆን የሚገባው በአለመግባባት ላይ ያለንን እይታ ማስተካከል ነው፡፡ ይህንን የአመለካከት ለውጥ ለማምጣት ደግሞ ከአለመግባባት ጋር ተዛማጅነት ያላቸውንና ስንሰማቸው አሉታዊ የስሜት ተጽእኖ የሚያሳድሩብንን ቃላት መለወጥ የግድ ነው፡፡ አንድ ሰው አለመግባባት የሚለውን ቃል ሲሰማ ካለበት የተለመደ ተጽእኖ የተነሳ ወደ ሃሳቡ የሚጎርፉ ቃላቶች አሉ፡፡

ከልጅነታችን ጀምሮ ስንመለከት ያደግነው የሕብረተሰባችን አካሄድ በአለመግባባት ላይ ያለንን አመለካከት ቀርጾታል፡፡ ስለዚህም ከአለመግባባት ጋር አዛምደን የምናስባቸው ቃላት ጥሩ ስሜት የሚሰጡና ለመፍትሄ የሚያነሳሱ አይደሉም፡፡ ለምሳሌ፣ ካለመግባባት ጋር የተያያዙ ቃላት የሚከተሉትን ያጠቃልላል፡፡ ጸብ፣ ቁጣ፣ ንዴት፣ መቋሰል፣ ጦርነት፣

ፍጥጫ፣ ውድመት፣ ፍርሃት፣ ገለልተኝነት፣ ክስረት፣ ቁጥጥር፣ ጥላቻ፣ መጥፎነት፣ ክፉት፣ በደለኛነት . . . እና የመሳሰሉት፡፡ እነዚህ ቃላት የተሸከሙት ሃሳብ አሉታዊና መፍትሄ-ቢስ ስሜትን የሚጭኑ ናቸው፡፡

አንድ ሰው አለመግባባትን በበሰለ ስሜታዊ ብልህነት መመልከት ሲጀምር ግን አለመግባባት በራሱ አሉታዊም ሆነ አዎንታዊ ገጽታ እንደሌለው መገንዘብ ይጀምራል፡፡ በሌላ አባባል አለመግባባትን አያያዛችን ብቻ አሉታዊ ወይም አዎንታዊ ገጽታ ሊሰጠው ይችላል እንጂ አለመግባባት በራሱ ከሁለት አንዱን ባህሪይ የያዘ ክስተት አይደለም፡፡ ለዚህ ነው ስሜታዊ ብልህነት ወይም በሌላ እይታ፣ ማሕበራዊ ብልህነት በግንኙነትና በአለመግባባት ላይ ታላቅ ስፍራ አለው ብለን የምናምነው፡፡

በማንኛውም ግንኙነትና ማሕበራዊ ኑሮ ውስጥ አለመግባባት የማይቀር ጉዳይ መሆኑን ማወቅ አስፈላጊ ነው፡፡ የጉርብትና የእርቅ ሸንጎውና ማሕበራዊው ትስስር፣ ሽምግልናው፣ የሕግ ስርአቱና የመሳሰሉት የሕብረተሰባችን ሂደቶች የአለመግባባትን ቋሚነት አመልካች ናቸው፡፡ ስለዚህ፣ አለመግባባት የማይቀር ክስተት ከሆነ፣ ትክክለኛ የአያያዝ መንገዶችን ማዳበሩ አማራጭ የሌለው ጉዳይ ነው፡፡ ይህንን ለማድረግ ደግሞ በስሜትም ሆነ በማህበራዊ ብልህነት መብሰሉ የመጀመሪያው እርምጃ ሲሆን፣ በመቀጠልም ባለመግባባት ላይ ያለንን አሮጌ እይታ በአዲስ እይታ መቀየር አለብን፡፡

የአሮጌና የአዲስ እይታ ንጽጽር

አሮጌ እይታ - የስርአት መቃወስ፣ ጤና ቢስና አሉታዊ ልምምድ፣ በግንኙነት ላይ የተከሰተ ትልቅ ስህተት

አዲስ እይታ - ጤናማ ከሆነ ልዩነት የመነጨ በጋራ የማደጊያና ወዳጅነትን የማሻሻያ መልካም አጋጣሚ

አሮጌ እይታ - በማይጣጣሙ ማንነቶችና ፍላጎቶች መካከል የተከሰተ የማይፈታ ትግልና ጦርነት

አዲስ እይታ - ሊፈታ የሚችል የመርህ፣ የአመለካከት ወይም የግብ አለመጣጣም

አሮጌ እይታ - የግንኙነታችንን ዘለቄታዊና አጠቃላይ ትርጉም የሚመሰርት ልምምድ

አዲስ እይታ - የግንኙነታችንን ዘለቄታዊና አጠቃላይ ትርጉም የሚያጠራና የሚያጠናክር ብቸኛ ክስተት

አሮጌ እይታ - በትክክለኛውና በስህተተኛው፣ በክፉና በመልካሙ መካከል ያለ ትግል

አዲስ እይታ - ሊታረቁ በሚችሉ አመለካከቶችና መርሆች መካከል ያለ ልዩነት

ይህ ከላይ የዘረዘርነው የእይታ ለውጥ ማንኛውም ሰው በቀላሉ ሊያስተናግደው የሚችለው ጉዳይ አይደለም። እንደውም ለአንዳንድ ሰዎች ፈጽሞ ሊታሰብ የማይቻል ጉዳይ ነው። ሆኖም በስሜት ብልህነት ስንበሰልና አለመግባባትን ከራሳችን አንጻር ብቻ ሳይሆን አለመግባባት ከተከሰተበት ሌላኛው አካል ጋር ሆነን በጋርዮሽ ማየት ስንጀምር ሁኔታው ሊደረስበት እንደሚችል ማሰብ እንጀምራለን።

አለመግባባትን በጋርዮሽ ማየት

አለመግባባትን በጋርዮሽ ማየት ማለት በጊዜው የተከሰተውን አለመግባባት ወይም ችግር በቅርብ በማጤን ከአጠቃላይ ወዳጅነቱ አንጻር እያያዝን ማዳበር ማለት ነው። ይህ አቀራረብ፣ ማንኛውም አለመግባባት የወዳጅነትን መሰረት የሚያናጋ ሳይሆን የሚያጠናክር ሊሆን ይገባዋል ብሎ የሚያምን እይታ ያለው አቀራረብ ነው። ችግርንና አለመግባባትን በመፍታት ሂደት ውስጥ ወዳጅነትን በበለጠ ሁኔታ የማጠናከር ብቃትን የሚያዳብርም እይታ ነው።

ይህ አለመግባባትን በጋራ የማየትና የመፍታት ዘይቤ ሶስት ደረጃዎች አሉት፡፡ እነዚህ ደረጃዎች አለመግባባት ወደ ጥጉ ሲደርስ የሚታዩ መደምደሚያዎች ናቸው፡፡

1. ዝቅተኛ ደረጃ

ይህ ደረጃ አንዱ አሸንፎ ሌላው ሲሸነፍ፣ አንዱ ተገዝቶና ተጎድቶ ሌላው ገዢና ጫና ፈጣሪ ሲሆንና ወዳጅነቱ ወደ መቆም ፍጻሜ ሲደርስ የሚታይ ደረጃ ነው፡፡ ይህንን ደረጃ ዝቅተኛ የምንለው ውጤቱ ለአጠቃላይ ግንኙነቱም ሆነ ግንኙነቱ ለተመሰረተበት ዓላማ ጠቃሚ ባለመሆኑ ነው፡፡

2. መካከለኛ ደረጃ

ይህ ደረጃ ሁለት ወገኖች ጊዜአዊ መፍትሄን በማግኘት ወደ ስምምነት ሲደርሱና ወዳጅነቱን ለማጠንከር ግን ብዙም ጠቃሚ እርምጃ ከመውሰድ ሲገቱ የሚታይ ነው፡፡ ይህንን ደረጃ መካከለኛ የምንለው መፍትሄው ወዳጅነቱን በማጠናከር ረገድ ምንም አይነት አስተዋጽኦ ባለማድረጉ ነው፡፡

3. ከፍተኛ ደረጃ

ይህ ደረጃ ሁለት ወገኖች በአንድነት ቀርበው የጋራ ፍላጎትን በማሟላት፣ የጋራ ጥቅም በማግኘትና፣ ወዳጅነትንም በማጠናከር ችግርን ሲፈቱ ነው፡፡ ይህ ደረጃ ማንኛውም አለመግባባት ቢፈታ የሚመረጥበት የአፈታት አይነት ነው፡፡ ይህንን ደረጃ ከፍተኛ ያልነው የጋራ ጥቅምም ሆነ የወዳጅነትን ፍላጎት ወደማሟላት ስለሚመጣ ነው፡፡

እንግዲህ የአንድን አለመግባባት አሉታዊነትና አዎንታዊነት የሚወስነው ራሱን በአንድ አለመግባባት ውስጥ ያገኘ ሰው ያለው የስሜት ብልህነት ደረጃ ነው፡፡ አንድ ሰው በስሜትም ሆነ በማሕበራዊ ብልህነት በሚገባ ሲበስል በአለመግባባት ላይ ያለው እይታ ሙሉ በሙሉ ይቀየራል፡፡ አሮጌውንና አሉታዊውን አመለካከት በመጣል አዲሱንና

አዎንታዊውን ያነሳል፡፡ ችግሩን ከራሱ የግል ጥቅም ብቻ ሳይሆን ከሌላው ሰውም አንጻር በጋራ ማየት ይጀምራል፡፡ ይህ በሚሆንበት ጊዜ ራሱን ለመፍትሄ ማቅረብ ይጀምራል፡፡

ለአንድ አለመግባባት መፍትሄ ለመፈለግ ስናስብ፣ "ከላይ ከተዘረዘሩት ሶስት ደረጃዎች መካከል ከፍተኛውን ደረጃ ከመምረጥ ይልቅ በዝቅተኛው ወይም በመካከለኛው ደረጃ እንድንሰክን የሚያደርጉን እንቅፋቶች ምንድን ናቸው?" ብለን እንድንጠይቅ እንገደዳለን፡፡ ለዚህ ጥያቄ መልስ ለማግኘት የሚቀጥለውን ምእራፍ በትኩረት እናጢን፡፡

የስሜት ብልህነት በማህበራዊ ዓለም

ወ/ሮ አካለለች የእድሜዋ፣ የአካላዊ ቁመናዋና ከሰው ጋር ያላት አቀራረብ ተደምሮ አንዳንዴ “አንቱ” አንዳንዴ ደግሞ “አንቺ” የሚያስብል ሁኔታ ነው ያላት፡፡ አንቱ ከሚላት ግን አንቺ የሚላት ሰው ይበዛል፡፡ አብዛኛው ሰው ገና ሲተዋወቃት በአንቱ ይጀምርና ቀስ በቀስ ሁለቱንም በማፈራረቅ ሲጠቀም ከቆየ በኋላ ሳያስበው አንቺ ሲላት ራሱን ያገኘዋል፡፡ ለእሷ እንደሆነ ይህ ሁኔታ ትዝም አይላት፡፡ ለነገሩ ትዝ ቢላትም ስንቱን አርማው ትዘልቀዋለች፤ የሚያውቃትና የሚያገኛናት ሰው እንደሆነ ቁጥር ስፍር የለውም፡፡

ወ/ሮ አካለለች ፈትታ ያገባችና የምንም ልጅ “እናት” ነች፡፡ የመጀመሪያዋን ጋብቻ ከአቶ አፀፉ ጋር ስትመሰርት እድሜዋ ትንሽ ገፋ ብሎ ነው፡፡ ይህ ሰው ለሁሉ ነገር ምላሽ በመስጠት የሚታወቅ ሰው ነው፡፡ ሰው ከተናገረው መልስ ሳይናገር፣ ከገላመጠው መልሶ ሳይገላምጥ፣ በመንገድ ላይ በስህተት የገፉትን ሰዎች እንኳ ተመልሶም ቢሆን ገፍቶ ሳያልፍ አይተውም፡፡ አካለለችና አፀፉ አምስት አሰቃቂ የንትርክ አመታትን ካሳለፉ በኋላ ነው የተፋቱት፡፡ እሷ መናገር አታቆም፣ እሱም ምላሽ መስጠቱን አይተው፣ እንዲሁ እንደተወራወሩ ንብረታቸውን እኩል ተካፍለው ተለያዩ፡፡

የአሁኑ ባለቤቷ ድምጹ የማይሰማ፣ ስሙ የማይታወቅ ሰው ነው፡፡ ከሚናገርበት ጊዜ የማይገርበት ጊዜ ይበዛል፡፡ ይህ ዝምታ አካለለችን ያናድዳታል፡፡ እሷ እንደሆነች ዛሬ ብዙ ተናግራ

ነገ አንዱም ትዝ አይላት፡፡

ባሏ ከእሷ ጋር ለአስር አመታት ቢኖር እንኳ ሊሰማ የማይችላቸው የንግግር ናዳዎች በአንድ አመት ውስጥ እንደሰማ ነው የሚቆጥረው፡፡ ሆኖም ዝም ብሎ መሽጓል፡፡ አካለለች የለመደችው መመላለስ ስለሆነ ምንም የማይላት ሰው በማግኘቷ ግር ብሏታል፡፡

አካለለች ከቅርብ ጊዜ ወዲህ ስለራሷ ቁጭ ብላ በማሰብ ሰዓታት ማቃጠል ጀምራለች፡፡ የእድር ወዳጆቿ እየራቋት መጥተዋል፡፡ ስለ ብዙ ሰው ብዙ ነገር ትናገራለች፤ በሚቀጥለው ቀን የተናገረችው ነገር የሚመለከተው ሰው ተንተክትኮ ሲመጣ እሷ ያንን ነገር እንደተናገረች ትዝም አይላት፡፡ አንዳንዶች፣ “እሷ በቃ እንደዚያ ነች፣ ትናገራለች እንጂ በሆዷ አትዝም” ይሏታል፡፡ ሌሎች ግን እርሷ ተናግራ የረሳቻቸው ነገሮች ብዙ ችግር አስከትለው ስላዩ በቅቷቸዋል፡፡ በመስሪያ ቤት የሻይ ከበብ እሷ ስትገባ ሰው ሁሉ ቀስ በቀስ እየተነሳ መውጣት ጀምሯል፡፡ በመጣችበት ፍጥነት ሳታንኳኳ ወደምትገባበት ወደ አለቃዋ ቢሮ እንኳ እንዳትገባ ተከልክላለች፡፡ ምክንያቱ አልተነገራትም እንጂ ከአለቃዋ ጋር ስትነጋገር “የሚዘረጥጡ” ቃላትን በማብዛቷ ብዙ ታግሰው ደክሟቸው ነው፡፡ በተጨማሪም፣ እሷ እንደቀልድ ተናግራ በረሳቻቸው ንግግሮች ምክንያት የተነሱ ብዙ እሳቶች አልጠፋ ብለው እሳቸው ድረስ እየመጡ ተቸግረዋል፡፡

ምን ይመስልሃል?

- ወ/ሮ አካለለች ያለችበትን የማህበራዊ ግንኙነት ሁኔታ ለማሻሻል ምን አይነት ተግባራዊ እርምጃዎች ብትወስድ መልካም ይመስልሃል?
- ለወ/ሮ አካለለች በስሜት ብልህነት ዙሪያ አጠር ያለች የትምህርት ክፍለ-ጊዜ የመስጠት እድል ቢኖርህ ምን አይነት ትምህርት ብታገኝ ጥሩ ነው ትላለህ? ለምን?

19.

ውጤት- አልባ የሆኑ የመፍትሄ መንገዶች

"ለአንድ ክስተት በምን አይነት ስሜታዊነት ምላሽ እንደምትሰጥ
የምርጫ ጉዳይ ነው" - Judith Orloff

አንድ ሕብረተሰብ ወይም ግንኙነት ቀድሞውኑ ፍጹም አለመግባባት የማይከሰትበት ቢሆን ሁሉም ሰው የሚመኘው ጉዳይ ነው:: ይህ ሁኔታ ግን በፍጹም ሊከሰት አይችልም:: ትክክለኛና ልባዊ ግንኙነት ባለበት ቦታ አለመግባባት በፍጹም የማይቀር ጉዳይ ነው:: በሌላ አባባል ምንም አለመግባባት የማይከሰትበት ግንኙነት ቀድሞውኑ እውነተኛነት የታከለበት ግንኙነት አለመሆኑን ጠቋሚ ነው::

ሰዎች በማሕበራዊ ብልህነት በበሰሉ መጠን የአለመግባባትን መንስኤዎች እየቀነሱና አለመግባባትም የሚያስከትለውን መዘዝ እያመከኑ ይሄዳሉ:: ይህ እንዲሆን ግን አለመግባባትን ኢያያዝ በማወቅ መብሰል ያስፈልጋል:: አለመግባባትን በስሜታዊ ብልህነት ለመያዝ የሚያበቁንን እውነታዎች ከማጤናችን በፊት እጅግ የተለመዱና አብዛኛውን ጊዜ ውጤት-አልባ የሆኑትን አቀራረቦች እንመልከት::

1. አሸናፊ የመሆን አቀራረብ

አንድ አለመግባባት ሲከሰት እኛ ምን ያህል ትክክለኛ እንደሆንንና ያኛው አካል ግን ምን ያህል ስህተተኛ እንደሆነ ለማሳየትና አሸናፊ ሆኖ ለመገኘት ከተጣጣርን ከመጀመሪያውኑ ጉዳዩ መፍትሄ እንዳይገኝለት መንገዱን ዘግተነዋል ማለት ይቻላል፡፡ በአለመግባባት ጊዜ አሸናፊ ሆኖ ለመገኘት የሚደረግ አቀራረብ ብዙ ችግሮች አሉት፡፡

- የመጨቆን ስሜት - አንድ በአለመግባባት ውስጥ ያለ ሰው አሸናፊ ሆኖ ለመገኘት ከታገለ የበታችነት የሚሰማው ሌላ ወገን ምንም እንኳ ለመፍትሄ ራሱን ለማቅረብ ቢፈልግም ቀድሞውኑ "ተሸንፈሃል" የሚልን መልእክት እየሰማ ወደ ጉዳዩ ይቀርባል፡፡ ስለሆነም፣ እርቅ እንኳ ቢደረግ መፍትሄ አግኝቶ እንደሄደ ሳይሆን ስሜቱ ተጨቁኖ እንደሄደ በማሰብ የመጠቃትን ስሜት አምቆ ይኖራሉ፡፡ ይህ ደግሞ ከጥቅሙ ጉዳቱ ያመዝናል፡፡
- የሚዛናዊነት ጉድለት - አለመግባባትን ለመፍታት በሚደረገው ጥረት ውስጥ አሸናፊ ሆኖ የመገኘት ጉጉት ያለው ሰው ሲገኝ ይህ የማሸነፍ ጥማት፣ እድልና ጉልበት ያለው ወገን ያለመግባባቱን ውጤት አስቀድሞ ወስኖ ስለሚመጣ ሚዛናዊ የሆነ መፍትሄ የማግኘት እድል ይመነምናል፡፡ አንድ መፍትሄ ዘላቂ የሚሆነው ሁለቱም ወገኖች ሃሳባቸው ተደምጦና ስፍራ ተሰጥቶት የጋራ ግንዛቤ ውስጥ ሲደርሱና በሃሳብ ሲስማሙ ነው፡፡
- የአንድነት መናጋት - አሸናፊ ሆኖ የመገኘት ጥማት ያለው ሰው በግንኙነቱ ላይ የአሸናፊነትና የተሸናፊነትን ስሜት እንጂ የወዳጅነትንና የመቀራረብን፣ እንዲሁም ከችግር ባሻገር አብሮ የመራመድን መንፈስ አይፈጥርም፡፡ ክርክርን አሸንፈን ወዳጅነትንና አንድነትን ካጣን ተሸናፊዎች እንጂ አሸናፊዎች አይደለንም፡፡ እንደግለሰብ ክርክርን ስላሸነፍን "ባለድል" ነን፣ እንደማሕበረሰብ ግን ስለተለያየን ተሸናፊዎች ነን፡፡

2. የገለልተኝነት አቀራረብ

አንዳንድ ሰዎች ራሳቸውን በአለመግባባት መካከል ማግኘት በፍጹም አይፈልጉም:: ጭቅጭቅን መፍራት፣ ችግርን ከመጋፈጥ ይልቅ እንደሌለ ማስመሰልና፣ ችግርን ለመፍታት መሞከር ወዳጅነትን ያበላሻል ብሎ ማሰብ እነዚህን ሰዎች ገለልተኛ እንዲሆኑ ከሚያደርጓቸው ምክንያቶች ጥቂቶቹ ናቸው:: የገለልተኝነት አቀራረብ የራሱ ችግር አለው::

- የገለልተኝነት አቀራረብ ችግርን ተጋፍጦ መፍትሄ በማግኘት ውስጥ ያለውን የማደግ ሂደት ይነፍጋል:: ማንኛውም ችግርም ሆነ አለመግባባት የራሱ የሆነ ታላቅ የእድገትን እድል ይሰጣል:: ልክ የሰውነታችን ጡንቻ በትግል ውስጥ እንደሚዳብር፣ የማንነታችንና የስሜታችንም ጡንቻ እንዲሁ በአለመግባባቶችና በትግል ውጣውረዶች ውስጥ ይጠነክራል:: ይህንን አመለካከት ማዳበር ከገለልተኝነት ይጠብቀናል::
- የገለልተኝነት ዝንባሌ ችግሩን ለሌላ ቀን በስሎና ለመፍታት አስቸጋሪ ሆኖ እንዲቆየን ያደርገዋል:: ዛሬ ለችግር ምላሽ ከመስጠትና መፍትሄን ከመፈለግ ይልቅ በመደበቅ ስናስተላልፈው ነገ ችግሩ አድጎና ለመፍታት አስቸጋሪ ሆኖ እንድናገኘው ይዳርገናል:: ዛሬ ያልተፈታ ችግር ለሌላ ቀን ይተላለፋል እንጂ ዝም ስለተባለ ብቻ በፍጹም አይሞትም:: ችግር የሚያልቅለት ትክክለኛውን መንገድ በመከተል መፍትሄ ስንፈልግለት ብቻ ነው::
- የገለልተኝነት አቀራረብ ሰዎች ተወያይተው ወዳድነታቸውና የጋራ ተግባራቸው የበለጠ እንዲጣራና መልክ እንዲይዝ ከማድረግ ይልቅ የማደብዘዝ ተጽእኖ አለው::

3. የመደራደር አቀራረብ

ድርድር በአለም ደረጃ ታላላቅ መፍትሄዎችንና ውጤቶችን ያስመዘገበ የአለመግባባት መፍትሄ መሆኑ ጥርጥር የለውም፡፡ ሆኖም አንዳንድ ሰዎች የድርድርን ጤናማ ጎን እነሱ ተጠቅመው ሌላኛው ወገን ግን የሚጎዳበት ሁኔታ ለመፍጠር ሲጠቀሙበት ይታያሉ፡፡ ይህ ሁኔታ ብዙ ገጽታዎችን የያዘ ነው፡፡ ለምሳሌነት የሚከተሉትን እንመልከት፡፡

- የአንድ ድርድር መነሻ ሃሳብ የሚያተኩረው የራስን ፍላጎት በመሟላቱ ዙሪያ ብቻ ሲሆን ከጥቅሙ ይልቅ ጉዳቱ ያመዝናል፡፡ ሰዎች ፍላጎታቸው ቸል ሊባል ወይም የተባለ ሲመስላቸው የውስጥ "ቂም" በሞላበት እሺታ ብቻ ተሞልተው እንዲሄዱ ያደርጋቸዋል፡፡ ይህ የእሺታ ድምጽ ውስጣዊ መልእክቱ "ይህንን ሁኔታ አንድ ቀን መበቀሌ አይቀርም" የሚል ነው፡፡ ይህ ዝንባሌ የኋላ ኋላ ውጤቱ ከፊተኛው ችግር የከፋ ነው፡፡
- የመደራደር አቀራረብ አንዱ ወገን ጥቂት ነገር በመስጠት ያኛው ወገን ግን ትልቅንና ብዙ መስዋእትነት የሚከፍልበትን ነገር እንዲለቅቅ ሊያስገድደው ስለሚችል ሙሉ መፍትሄ ላያመጣ ይችላል፡፡ ድርድር ማንኛውም ሰው በአለመግባባት ጊዜ ሊጠቀምበት የሚገባ የመፍትሄ ጎዳና የመሆኑ ጉዳይ እንደተጠበቀ ሆኖ፣ የድርድሩ ሁኔታ ግን ታላቅ ማሕበራዊ ብልህነትን የሚጠይቅ ጉዳይ መሆኑን መዘንጋት የለብንም፡፡
- የድርድር ሂደት በቅን መንፈስና በትክክለኛው መንገድ ተግባራዊ ከሆነ ሊያመጣው የሚችለው መፍትሄ ይህ ነው የማይባል ነው፡፡ አነሳሱና አያያዙ ከተበላሸ ግን የመደራደር አቀራረብ የእልህን መንፈስ ሊያነሳሳና ወደማይፈታ ቅራኔ ሰዎች እንዲያመሩ ሊያደርግ ይችላል፡፡ ይህ የሚሆንበት ምክንያት ከላይ በተዘረዘሩት ሁለት ጉድለቶች ምክንያት የአንደኛው ወገን ልቦና ሲሻክርና ሰዎች እንደተጠቀሙበትና እንደሞኝ እንደቆጠሩት ሲሰማው ነው፡፡

4. የቶሎ ቶሎ መፍትሄ አቀራረብ

አንዳንድ ሰዎች ግጭትን ከመፍራታቸው የተነሳ የተገኘውን ቀላል የመፍትሄ መንገድ ተጠቅመው ለመገላገል ይጣጣራሉ፡፡ እንደዚህ አይነት ሰዎች ብዙ ስር የሰደደንና ዘመናትን ያስቆጠረ ችግር በአንድ የግማሽ ሰዓት ንግግር ተለጣጥፎ መልክ እንዲይዝ ለማድረግ ሲራወጡ ይታያሉ፡፡ ይህ አቀራረብ የራሱ የሆኑ ችግሮች አሉት፡፡

- የቶሎ ቶሎ መፍትሄ አቀራረብ ዋናው ችግር እንደተፈታ የሚያስመስል የውሸት ስሜት ሊሰጠንና የኋላ ኋላ ችግሩ ከፍቶ ብቅ እንዲል ሊያደርግብን ይችላል፡፡ የዚህ ሁኔታ ዋነኛው ምክንያት የአለመግባባቱን ጀርባ በሚገባ ሳያጤኑ ሁለቱን ወገኖች እሺ ለማስባል ብቻ የሚኖር ሩጫ ነው፡፡ በተጨማሪም የአለመግባባቱ ጥልቀትና በአለመግባባቱ ዙሪያ ያሉ ተጽእኖ አሳዳሪ ሁኔታዎች ካለማጤን ሊመጣ ይችላል፡፡
- ይህ አቀራረብ ችግርን የመፍታት ብቃታችንን እንዳናዳብርና ዘወትር ያለመግባባት አዙሪት እንዲመላለስብን የሚያደርግ አቀራረብ ነው፡፡ አንድ አለመግባባት ተገቢው ጊዜ ተወስዶበት፣ ትክክለኛውን ሂደት ተከትለንና ከስር መሰረቱ ታይቶ ሲፈታ በሂደቱ ውስጥ የሚመጣው የጋራ የሆነ የማደግ ሁኔታ አስገራሚ ነው፡፡ ከአንድ ችግርና አለመግባባት የምናገኘው የትምህርትና የልምምድ ብስለት በምንም ነገር ሊለወጥ አይችልምና፡፡
- የቶሎ ቶሎ መፍትሄን አቀራረብ ለመውሰድ የሚፈጥኑ ሰዎች አብዛኛውን ጊዜ ዋነኛ ትኩረታቸው ችግርን በቶሎ በመፍታታቸው ምክንያት "ነጥብን የማስመዝገብ እንጂ አለመግባባትን በመፍታት ውስጥ የሚኖረው ሰፊ እይታ የላቸውም፡፡ ይህ ሁኔታ ፈጣን፣ ነገር ግን ጊዜአዊ መፍትሄን ያገኘውን ሰው ብቻ የሚያስመሰግን እንጂ ለአጠቃላይ የወዳጅነት መዳበር ብዙም አስተዋጽኦ የሌለው አቀራረብ ሊሆን ይችላል፡፡

5. ካለን የግንኙነት ደረጃ የተነሳ አቀራረብ

አለመግባባትን ለመፍታት በምናደርገው ጉዞ፣ ካለን ስልጣን፣ አለን ከምንለው ታዋቂነት፣ ወይም የወዳጅነት ደረጃ (አባት፣ እናት፣ አለቃ …) ለመቅረብና መፍትሄ ለማግኘት መሞከር ችግሩን ያጎላዋል፡፡ ይህም ማለት አለን ብለን ከምናስበው "ከበሬታ" አንጻር "ከበድ" ብለን ለማቅረብ መሞከር ማለት ነው፡፡ የዚህ ሁኔታ ችግር ዘርፈ-ብዙ ነው፡፡

- ይህ አቀራረብ በወዳጅነት ውስጥ የመፈራት ወይም የመከበር ስፍራ ያለው ሰው ውጤቱን እንዲወስን ሊያደርግና የሌላኛው ወገን ስሜት ሊጨቁን ይችላል፡፡ "አከባሪው" ካለው "አክብሮት" የተነሳ በቶሎ ራሱን ቢያስገዛም ውስጡ ግን ነገ እድል ሲያገኝ የሚፈነዳን የታመቀ ስሜት ይዞ ሊኖር ይችላል፡፡ ይህ ለጊዜው ዛሬ የተነፈሰ የመሰለ ችግር ነገ ተወጥሮና ውጤቱ የከፋ ሆኖ ብቅ ማለቱና መፈንዳቱ የማይቀር ሂደት ነው፡፡
- ይህ አቀራረብ ዝቅተኛ የተባለው ሰው መፍትሄ በማግኘት ሂደት ውስጥ ሊያቀርበው የሚችለውን መልካም ሃሳብ ዋጋና ድል የማይሰጥ አቀራረብ ነው፡፡ በማንኛውም ማሕበራዊ ሂደት ውስጥ ሁሉም ሰው ይዞ የሚመጣው የራሱ የሆነ እይታና ልምምድ አለው፡፡ የአንድን ሰው አመለካከትና እይታ ብቻ የማግነን ባህሪይ ያለው አቀራረብ ይህንን ከተለያዩ ሰዎች እይታና ልምምድ የምናገኘውን እውቀት ይነፍገናል፡፡
- ለጊዜው ብቻ መፍትሄውን የተቀበለና በውስጡ ግን ቅሬታን ይዞ የሄደ ሰው የወደፊት ወዳጅነቱ የጥርጣሬና መተማመን የጎደለው ነው፡፡ አሁን በደረሰበት የመገፋት ጫና ምክንያት ከዚያ በኋላ የሚኖረውም ግንኙነት ለእርሱ የማይጠቅምና ሁል ጊዜ ሊጎዳበት የሚችልበት ሁኔታ ሊሆን እንደሚችል ማሰብ ይጀምራል፡፡ ይህ የጥርጣሬ ዘር በእርሱም ሆነ በግንኙነቱ ላይ አሉታዊን ተጽእኖ ይዞ ይቆያል፡፡

20.

አለመግባባትና መፍትሄዎቹ

“ይቅርታ ያለፈውን ነገር አይለውጠውም፣ የነገውን ግን የላቀና ያማረ ያደርገዋል” - Paul Boese

---

በዚህ ክፍላችን ላይ በመመልከት ላይ ያለነው በማሕበራዊ ብልህነት የበሰለ ሰው አለመግባባትን በመፍታት ላይ ያለውን ብልጫ ያለው ሕይወት ነው፡፡ ባለፉት ምእራፎች ውስጥ የአለመግባባት መንስኤዎች፣ ለአለመግባባት የሚሰጡ የተለመዱ ምላሾችን፣ በአለመግባባት ላይ ሊኖረን የሚችለውን አሮጌ እይታና እንዲሁም ውጤት-አልባ የአለመግባባት አያያዝ ዘይቤዎችን በሚገባ አጢነናል፡፡ በዚህኛው የክፍሉ የመጨረሻ ምእራፋችን ውስጥ አለመግባባትን በበሰለ ስሜታዊ ብልህነት ለመያዝ የሚያስችሉንን መንገዶች እናጤናለን፡፡

1. መንገድ መጥረግ

አለመግባባትን በስኬታማ ሁኔታ ለመፍታት በቅድሚያ መንገድን መጥረግ አስፈላጊ ነው፡፡ ይህንን ለማድረግ ደግሞ በሰዎች ላይ ያለንን ጭፍንነት የተሞላው ጥቅል አመለካከት (Stereotyping) ማስወገድ አስፈላጊ ነው፡፡ ሰዎችን በአንድ መልኩ ብቻ በጭፍንነት “የመፈረጅ” አመለካከት የእኛን ትክክለኛነትና የሌላውን ሰው ስህተተኛነት

ለማጉላት እንድንችኩል የሚገፋፋ አመለካከት ነው:: ይህ እንዳይሆን የሚከተሉትን እውነታዎች እናጢን::

2. ሰዎችን ለመገንዘብ መሞከር

ያልተግባባነው ሰው የሚያሳያቸውን ሁኔታዎች እየለቀሙ ለመፍረድ ከመቸኮል ይልቅ ይህ ሰው እንዲህ አይነት ምላሽ እንዲሰጥና ይህ አይነት ስሜት እንዲያጠቃው ያስገደደውን ቅድመ-ሁኔታ ለመገንዘብ መሞከር እጅግ ጠቃሚ ነው:: ሰዎች ከዚህ የተሻለ የአመለካከት ብስለት ቢኖራቸው ኖሮ አሁን የሚያሳዩትን ሁኔታ አያሳዩም ነበር ብሎ ማሰብ በስሜታዊ ብልህነት እጅግ በላቀ ሁኔታ የበሰለ ሰው የሚያስበው የከበረ ሃሳብ ነው::

3. "ከተከላካይነት" ዝንባሌ መጠበቅ

ከአንድ ሰው ጋር ያለንን የአለመግባባት ክፍተት ለማጥበብ እርምጃ ስንወስድ በቅድሚያ አመለካከታችንን "ከተከላካይነት" ዝንባሌ መጠበቅ አስፈላጊ ነው:: ሰውየው እኛን ለማሸነፍ ቆርጦ እንደመጣና ጠንክረን ካልተገኘን በቀላሉ ልንሸነፍ እንደምንችል ፈርተን ከመጣን ለመበላሸት የተወሰነ ውይይት ውስጥ ስለምንገባ ከዚህ ስሜት ራስን ነጻ ማድረግ አስፈላጊ ነው:: "የተከላካይነት" ዝንባሌ ወደ ጦርነት እንጂ ወደ እርቅ አይወስድምና::

4. ራስን "ፍጹም" አድርጎ ከመቅረብ መጠበቅ

የራስን አመለካከትና ተግባር ትክክለኛነት ለማሳየት ከመቅረብ መጠንቀቅ:: እኛ ጤናማ አመለካከት፣ ትክክለኛ አቀራረብና በቂ ምክንያት እንዳለን፣ እነርሱ ግን ጤና ቢስ እንደሆኑና ሊታረሙ እንደሚገባቸው አምነንና ያንን ለማሳየት ከቀረብን መፍትሄ ቢስ ሁኔታ ውስጥ ሊያስገባን ይችላል:: ዋነኛ ትኩረታችን የአለመግባባት መንስኤዎች

ተለይተውና ድጋሚ እንዳይበቅሉ መንገድ ተፈልጎላቸው ሰላም የሚፈጠርበትን ሁኔታ ማመቻቸት ሊሆን ይባዋል::

5. ለውጤት የተመቻቸ ሁኔታን መፍጠር

ራስን ለውጤት አመቻችቶ ለማቅረብ ቅድመ-ዝግጅት ያስፈልጋል:: ተረጋግቶ ጉዳዩን ከብዙ ጎን ለማየትና መፍትሄው ይሄ ብቻ ነው ብሎ በአንድ መንገድ ብቻ ላለማየት ራስን አዘጋጅቶ መምጣት ምቹ ሁኔታን ይፈጥራል:: በተጨማሪም፣ እንደ ችግሩ ስፋትና ጥልቀት በቂ ጊዜን መስጠት፣ በሌሎች ሁኔታ ትኩረት እንዳይወሰድ ውይይት የሚካሄድበትን ትክክለኛ ቦታ መምረጥና ትክክለኛን ጊዜ መምረጥ ለመፍትሄ መንገድ ይጠርጋል::

6. የውይይት አጀማመርን ማወቅ

ካልተግባባነው ሰው ጋር በምናደርጋቸው ውይይቶች መጀመሪያ ላይ የምንሰነዝራቸው ሃሳቦች ወሳኞች ናቸው:: የቃላት አመራረጣችን የመጀመሪያውና ዋነኛው ነው:: ገና ከመጀመሪያው ከባባድና በሰዎቹ ስሜት ላይ ጫና የሚያደርጉ ቃላትን ከመሰንዘር ይልቅ፣ ወዳጅነቱ እንዲታደስ መፈለግን ማሳወቅ፣ ይህም እንዲሆን የሚቻለንን ለማድረግ እንደተዘጋጀን መግለጽና አለመግባባት አብሮ የማደግ ጤናማ አካል እንደሆነ ማስገንዘብ የሚያስገርም የእርቅ ሁኔታን ያመቻቻል::

7. አመለካከትንና እይታን ማጥራት

እይታን ለማጥራት መጠየቅ የምንችለው አንዱ ጥያቄ፣ "የተፈጠረው አለመግባባት ትክክለኛ አለመግባባት ነው ወይስ አለመግባባት የሚመስል ሁኔታ ነው?" የሚለውን ነው:: ሌላኛው አስፈላጊ ጥያቄ፣ "የዚህ አለመግባባት ችግር እኔ ጋር ይሆን ያለው?" የሚለው ጥያቄ ነው:: በተጨማሪም፣ "ችግሩን ካለአግባብ ስሜታዊ ሆኜ አካብጄው

ይሆን?” የሚለውም አስፈላጊ ጥያቄ ነው:: በመጨረሻም፣ “ሰውየውን ባላጠፋው ነገር ይዤው ይሆን?” ብሎ መጠየቅ እይታን ያጠራል::

8. የግል እና የጋራ የሆኑ ፍላጎቶች ላይ ማተኮር

አለመግባባትን በመፍታት ሂደት ውስጥ የግልና የጋራ ፍላጎቶች ትኩረት ሊሰጣቸው ይገባል:: በመጀመሪያ በሂደቱ ውስጥ መሰረታዊ ህልውናዬን የሚነኩና የማይነኩ ጉዳዮችን ለይቶ ማወቅ አስፈላጊ ነው:: በመቀጠልም በሂደቱ ውስጥ የዚያኛውን ሰው ህልውና የሚነኩና የማይነኩ ጉዳዮችን ለይቶ ማወቅ አስፈላጊ ነው:: ከዚያም በመቀጠል፣ በሂደቱ ውስጥ የወዳጅነታችንን ቀጣይነትና መሰረታዊ ህልውና የሚነኩና የማይነኩ ጉዳዮችን ለይቶ ማወቅ ሁኔታውን ሚዛናዊ ያደርገዋል::

9. አዎንታዊ የሆነ የጋራ ኃይልን መገንባት

አሉታዊ ኃይል ተቃራኒውን ሰው በማንቋሸሽና አቅም በማሳጣት የራስን ጥቅም ያጎላል:: አዎንታዊ ኃይል ግን አብሮ መነሳት ላይ ያተኩራል:: አሉታዊ ኃይል የወዳጅነቱንና የግንኙነቱን አጠቃላይ ጥቅም በመጣል የግል ጥቅም ላይ ያተኩራል:: አዎንታዊ ኃይል ግን ለአጠቃላይ ግንኙነቱ የሚጠቅም ሁኔታ ላይ ያተኩራል:: አሉታዊ ኃይል ከሰውየው ጋር አብሮ በችግሩ ላይ ከመሰልጠን ይልቅ በሰውየው ላይ መሰልጠንን ያስቀድማል:: አዎንታዊ ኃይል ግን ከሰውየው ጋር አብሮ ባለመግባባቱ ላይ መሰልጠንን ያስቀድማል:: አሉታዊው ጤና ቢስ ነው፣ አዎንታዊው ግን የጋራ ጤንነትን ይፈጥራል::

10. ካለፈው በመማር የወደፊቱ ላይ ማተኮር

ከዚህ በፊት የተከሰተን አለመግባባት በስኬታማ ሁኔታ ያልተወጣ ሰው የአሁኑን አለመግባባት እወጣዋለሁ ብሎ እንዳያስብ ተጽእኖ ሊያመጣበት ይችላል:: ከዚህም በተጨማሪ፣ ከዚህ በፊት አለመግባባትን ለመፍታት ባደረገው ጥረት መልካምን ምላሽ

ከዚያኛው ወገን ያላገኘ ሰው አሁንም ይህ ይሆንብኛል በሚል ሃሳብ ሊያዝ ይችላል፡፡ ካለፈው ተምረን ወደፊት ለመገስገስ ካልቆረጥን በስተቀር እነዚህ ስሜቶች ለአለመግባባት መፍትሄ ከማግኘት የሚገቱ ሁኔታዎች ናቸው፡፡

ከላይ በተዘረዘሩት ነጥቦች ውስጥ ለመመልከት እንደሞከርነው አለመግባባትን በቅጡ ለመያዝና መፍትሄ ለማግኘት ልንወስዳቸው የሚገቡን እርምጃዎች ዘርፈ-ብዙ ናቸው፡፡ እነዚህን እውነታዎች ሙሉ ለማድረግ ግን አንድን አስፈላጊ ሂደት መጨመር የግድ ነው፡፡ አለመግባባትን በተሳካ ሁኔታ ለመያዝ በቅተናል የሚሉ ሁለት ተቃራኒ አካላት በመጨረሻ የሚገቡበት ሂደት የይቅርታ ሂደት ነው፡፡ በይቅርታ ዝንባሌ ያልተደመደመ አለመግባባት የመፍትሄ ጥግ ደርሷል ለማለት አስቸጋሪ ነው፡፡ ከዚህ በታች ይቅርታ የመጠየቅንና ይቅርታ የማድረግን ሁኔታዎች እናጤናለን፡፡

ይቅርታ መጠየቅ

ለአንድ አለመግባባት መፍትሄ ለመፈለግ በምናደርገው ጉዞ ውስጥ ዋና ትኩረታችን ስህተተኛውን መፈለግና መኮነን ባይሆንም፣ የችግሩን መንስኤ ከማግኘታችን ጋር ስህተተኛው ሊታወቅ ይችላል፡፡ ይህ በሚሆንበት ጊዜ ይህ ስህተተኛ ወገን ይቅርታን የመጠየቁ ሁኔታ እጅግ አስፈላጊ ነው፡፡ ሆኖም፣ ተሳስቻለሁ ብሎ ይቅርታን ለመጠየቅ ታላቅ የሆነን የስሜትና የማሕበራዊ ብልህነትን የሚጠይቅ ጉዳይ ነው፡፡ በስሜት ብልህነት ያልበሰለ ሰው ይቅርታን የመጠየቅ መነሳሳትና ፍላጎት አይኖረውም፡፡ ስለዚህም የተለያዩ ምክንያቶችን በማቅረብ ከሁኔታው ራሱን ያገላል፡፡ ከዚህ በታች እንደምንመለከተው ሰዎች ይቅርታን እንዳይጠይቁ እንቅፋት የሚሆኑባቸው ሁኔታዎች አሉ፡፡

1. “ይቅርታን ስጠይቅ ተቀባይነት አላገኝም” የሚል ፍርሃት

ይህ ብዙ ሰዎች የሚታገሉት ስሜት ነው፡፡ ይህንን የስሜት ተግዳሮት ለማለፍ ግን ሃላፊነታችን ላይ ማተኮር አስፈላጊ ነው፡፡ የእኛ ሃላፊነት ላጠፋነው ጥፋት ይቅርታን የመጠየቅ ሃላፊነት እንጂ ሰዎች ይቅርታችንን እንዲቀበሉ የማስገደድ አይደለም፡፡ ትኩረታችንን በእኛ ሃላፊነት ላይ ብቻ ስናደርግ ለይቅርታ የተነሳሳ ልቦና ይኖረናል፡፡

2. “ምክንያት ይገኝብኛል” የሚል ፍርሃት

አንዳንድ ሰዎች ይቅርታን እንዳይጠይቁ እንቅፋት የሚሆንባቸው ስህተታቸውን የማመናቸውን ሁኔታ ተጠቅሞ ሌላኛው ወገን የክስንና የበላይነት ስፍራ ይይዝብኛል ብለው ስለሚሰጉ ነው፡፡ ማስታወስ ያለብን፣ ይቅርታ የገደለውን ነገር ማንም ሰው እንደገና ሕይወት ሊዘራበት እንደማይችል ነው፡፡ ቢሞክርም እንኳ ብዙም ሳይቆይ ሃሳቡ መሞቱ አይቀርም፡፡

3. “እንደተሸናፊ እታያለሁ” የሚል ፍርሃት

ይቅርታ መጠየቅን እንደደካማነትና እንደተሸናፊነት የሚያዩ ሰዎች ብዙ ናቸው፡፡ ስለዚህም፣ ምንም እንኳ ስህተተኛ እንደሆኑ ቢያውቁትና ሁኔታዎች ሁሉ የሚጠቁሙት ወደ እነርሱ ስህተተኛነት ቢሆን፣ ሁኔታውን ወጥረው በመያዝ ሸፋፍነው ለማለፍ ይጣጣራሉ፡፡ ይህ የአልሸነፍም ባይነትና እንደተሸናፊ መስሎ የመታየትን ፍርሃት ለጉዞአቸው ታላቅ ጠንቅ ነው፡፡

4. “የመፍትሄ ጊዜ አልፎአል” የሚል ፍርሃት

አንዳንድ ሰዎች ቶሎ ተስፋ ቆራጮች ናቸው፡፡ አንድ ችግር እንደተከሰተ ነገሮች ሁሉ እንዳከተመላቸው የማሰብና በነገሮች ተስፋ የመቁረጥ ዝንባሌ አላቸው፡፡ ይህ ሁኔታ

የሚመጣው፣ ይቅርታ ቢጠየቅም ባይጠየቅም ግንኙነቱን ለማደስ ጊዜው አልፎአል ብሎ ከማሰብ ነው፡፡ ያም ሆነ ይህ ግን ለይቅርታ እድልን መስጠት ጠቃሚ ነው፡፡

ይቅርታ ማድረግ

ከላይ እንደተመለከትነው አለመግባባትን ለመፍታት በምናደርገው ሂደት ውስጥ የስህተቱ መንስኤ ሲገኝ ከዚያው ጋር በደለኛው ማን እንደሆነ ወደማወቅ እንመጣለን፡፡ ስለለዚህ፣ በደለኛ ሰው ይቅርታ የመጠየቁን አስፈላጊነት ተመልክተናል፡፡ ሆኖም፣ የአንድ አለመግባባት መንስኤ ሲገኝ ከዚያው ጋር ስህተተኛው እንደሚታወቅ ሁሉ ተበዳይም ይታወቃል፡፡ ስለዚህም ስህተተኛ ወገን ይቅርታን ለመጠየቅ ራሱን ሲያቀርብ ተበዳይ ወገን ይቅርታውን ለመቀበል የተዘጋጀ ልቦና ያስፈልገዋል፡፡ አንዳንድ ሰዎች ለደረሰባቸው በደል ምንም አይነት የይቅርታ መልእክት ቢሰጣቸው እንኳ ንቅንቅ ያለማለት ዝንባሌ አላቸው፡፡ ይህንን አይነት ዝንባሌ እንዲያዳብሩ አንዳንድ ቅድመ-ሁኔታዎች ሊኖሩ ይችላሉ፡፡

1. የግንኙነቱ ሁኔታ

አንድ ከዚህ በፊት በፍጹም የማናውቀው ሰው በአጋጣሚ ሲበድለን ሊኖረን የሚችለው የመጎዳት ሁኔታና የብዙ ዘመን ወዳጅነት፣ ቤተሰብነት ወይም የፍቅር ጓደኝነት ውስጥ አብሮን የቆየ ሰው ሲበድለን በስሜታችን ላይ ያለው ጫና ይለያያል፡፡ ሁኔታው ምንም ከባድ ቢሆን ያንን ለማለፍ የስሜትን ብልህነት ማዳበር ተገቢ ነው፡፡

2. የጥፋቱ ጥልቀት

አንድ ሰው የሰራው ስህተት የጠለቀ ሲሆንና በስሜታችን፣ በስነ-ልቦናችን፣ በኢኮኖሚያችንም ሆነ በአካላችን ላይ ያደረሰው ጉዳት ጠንካራ ሲሆን ከይቅርታ ይልቅ ይቅር አለማለት ሊያመዝንብን ይችላል፡፡ ይህንን ግን አንርሳ፣ ቂም የተያዘበት ሰው

ከሚደርስበት የስሜት ጫና ይልቅ የከፋው ጫናና የስሜት ቀውስ ያለው ቂም የያዘው ሰው ላይ ነው:: ይህንን እውነት ደግሞ ሳይንስም ያረጋግጥልናል::

3. የጥፋቱ ተደጋጋሚነት

አንዴ ለበደለን ሰው ይቅርታ ማድረግ ሊቀል ይችላል:: ሆኖም፣ ይኸው ሰው ደጋግሞ ሲበድለን በሰውየው ላይ ያለን አመለካከት እየተበላሸ ሊሄድ ስለሚችል ለይቅርታ ያለንን ዝንባሌ ይጎዳዋል:: ሆኖም፣ ይህ ሰው ደግሞ እንዳይጎዳን ለወደፊቱ በጥበብ የመቅረብን ሁኔታ ማዳበር አለብን እንጂ ልቦናችንን ከይቅርታ መዝጋት የለብንም::

4. በደሉ የተፈጸመበት "መንፈስ"

አንድን ስህተት የሰራ ሰው ያንን ስህተት የሰራው ቅድመ-ዝግጅትን አድርጎ፣ በሚገባ አስቦበትና በተንኮል ሲሆን በተበዳዩ ላይ የሚያመጣው ጉዳት ጠንከር ይላል:: በተቃራኒው ሰዎች በስህተት የሰሩት በደል በተበዳዩ ላይ የመለስለስ ዝንባሌን ሊያስከትል ይችላል:: ይቅርታ ግን ሁለቱንም የበደል አይነቶች አልፎ ሊሄድ የሚችል ጉልበት አለው::

ምን ትመክሪያታለሽ?

================

ቲቲ ከልጅነቷ ጀምሮ የምትታወቀው በስነ-ስርአቷ ነው፡፡ አመጋገቧ፣ አለባበሷ፣ ንግግሯና የሰው አቀራረቧ ሁሉ መስመር የያዘ ነው፡፡ ጓደኛዋ አንድ ነች፡፡ ይህች ጓደኛዋ እንደልቧ ትባላለች፡፡ ብዙ ጓደኛ ከማብዛት ይልቅ ጥቂትና ጥራት ያለው ጓደንነት በመያዝ ታምናለች፡፡ የፍቅር ሕይወት ለመጀመር እድሜዋ ከደረሰ የከረመ ቢሆንም፣ "በመጀመሪያ ይህንና ያንን ማስተካከል አለብኝ" ብላ ስለምታስብ እስካሁን ራሷን "ሳታስደፍር" ከርማ ባለፈው አመት ነው አንድ ፍቅረኛ የያዘችው፡፡ ልታገባው የምትፈልገውንና በጣም የምትወደውን ሰው በማግኘቷ ደስተኛ ነች፡፡

ቲቲ በአንድ ቤተሰቦቿ በከፈቱት ሱቅ ውስጥ ነው የምትሰራው፡፡ ከስራዋ ውጪ እጮኛዋን ካላገኘችው የምታሳልፈው ከብቸኛ ጓደኛዋ ከእንደልቧ ጋር ነው፡፡ ከእሷ ጋር በብዙ አቅጣጫ ይስማማሉ፡፡ አንዷ የጀመረችውን አረፍተ-ነገር ያችኛዋ ለመጨረስ እስከትች ድረስ ይግባባሉ፡፡ አንድን ቀልድ ጀምረው ጨርሰውት አያውቁም፣ ገና ሲጀመር ስለሚግባቡ በሳቅ ነው የሚጨረሰው፡፡ ይህቺ ጓደኛዋ ግን አንድ አስቸጋሪ ባህሪይ አላት፡፡ አንዳንድ ጊዜ እንዲሁ ከመሬት ተነስታ ቲቲን ትዘጋታለች፡፡ ስልኳን አታነሳም፣ አትደውልላትም፣ በመንገድ

ስታያት መንገድ ትቀይራለች፡፡

ከጥቂት ቀናት በኋላ ደግሞ ትደውልልና "ቲቲዬ ናፍቀሽኛል" በሚል ቃል ብቻ ግንኙነቱን "ታድረስዋለች"፡፡

ቲቲ ጓደኛዋን ከዚህ አስቸጋሪ ባህሪዋ የበለጠ ስለምትወዳት ብዙ ጊዜ ታግሳ ቆይታለች፡፡ አሁን ግን ትንሽ ከአቅሟ በላይ ሆኗል፡፡ ከዘጋቻት ከአንድ ወር በኋላ ደውላ እንደድሮው ለመሆን ፈለገች፡፡ ቲቲ ግን እንድሮው መሆን አልቻለችም፡፡ ከሶስት ቀን በኋላ ሊገናኙ ተቃጥረዋል፡፡ እስካሁን ድረስ ሁኔታውን በምን መልኩ እንደምትይዘው እርግጠኛ አይደለችም፡፡

===

ቲቲ ጓደኛዋን በምን መልክ መያዝ አለባት ብለሽ ታምኛለሽ? ቲቲ ማድረግ አለባት ብለሽ በምታስቢው አረፍተ ነገር ላይ ምልክት አድርጊ፡፡

1. ____________ሁለተኛ አታግኛት፣ አታናግራት፣ ስልኳንም አታንሳ፤ በዚያው እስከመጨረሻው ትዝጋት፡፡
2. ____________ስትዘጋት እስክትመጣ እየጠበቀቻት፣ ስትመለስ ደግሞ እየተቀበለቻት ትኑር፡፡
3. ____________ስታገኛት ልክ ልኳን ትንገራትና ትለያት፡፡
4. ____________እሷም ጓደኛዋ እንደምታደርገው ስትፈልግ እየዘጋቻት ስትፈልግ ደግሞ እያናገረቻት ላይ ላዩን የሆነ ጓደኝነትን ትቀጥል፡፡
5. ____________ጓደኛዋን ቁጭ ብላ በረጋ መንፈስ ያለባት ችግር በመንገር ለምን በየጊዜው እንደምትዘጋት ትጠይቃት ግልጽ ውይይት ታድርግና ችግሩን ለመፍታት ትሞክር፡፡
6. ____________ስለ ጓደኛዋ ጸባይ ሰው ሁሉ እንዲያውቅ ላገኘችሁ ሁሉ ታውራ፡፡

(መልስህ 5ኛው ከሆነ የስሜት ብልህነትህን ከፍተኛነት ያሳያል)

ማጠቃለያ

በዚህ መጽሐፍ ላይ ለመመልከት የሞከርነው የስሜት ብልህነት በሕይወት ስኬታማነት ላይ ምን ያህል ቦታ እንዳለው ነው፡፡ አንባቢዬ ሊያስተውል የሚገባው እውነት፣ የስሜት ብልህነትን አስፈላጊነት ማጉላት ማለት የአእምሮ ብልህነት አላስፈላጊ ነው ማለት አይደለም፡፡ ሚዛናዊ አድርገን ለመመልከት እንደሞከርነው እነዚህ ሁለቱ የብልህነት ክፍሎች የራሳቸው የሆነ ጠቃሚ ጎን አላቸው፡፡ አንደኛው ከሌላኛው ተለይቶ ሙሉ ሊሆን አይችልም፡፡ ሆኖም በሁለቱ መካከል የመምረጡ ጉዳይ ሲነሳ የዘመኑ ጥናት የሚጠቁመን የስሜት ብልህነት በአእምሮ ብልህነት ላይ የበላይነትን እንዳሳየ ነው፡፡

የአእምሮ ብልህነት መጠኑ አናሳ የሆነ አንድ ሰው ባለው የስሜት ብልህነት ብርታት በመጠቀምና ዲሲፕሊንን በማዳበር የማያውቀውን እውቀት ወደማወቅ ሊመጣ ይችላል፡፡ በአእምሮ ብልህነት ከእርሱ የላቀ ሌላ ሰው በአጭር ጊዜ የተገነዘበውን እውቀት እርሱ ካለው የስሜት ጽንአት የተነሳ ጊዜ ቢፈጅበትም ወደመገንዘብ ሊያድግ ይችላል፡፡ በተቃራኒው በአእምሮ ብልህ የሆነው ፈጣን ሰው ያንን የተገነዘበውን እውቀት በተግባር የማዋሉ የስሜት ጽንአት ከሌለው የትም አያደርሰውም፡፡

እንግዲህ በዚህ መጽሐፍ ውስጥ የተጠቀሱትን እይታዎች ተግባራዊ በማድረግ አንባቢዬ በስሜት ብልህነት ልቆ ለመገኘት አስፈላጊውን እርምጃ እንዲጀምር አደፋፍራለሁ፡፡ ይህንን እርምጃ ለመጀመር ለምሳሌ ከዚህ መጽሐፍ በመጨረሻ ገጾች የሚገኘውን የስሜት ብልህነት መለኪያ መጠይቅ በመውሰድ ራስን መፈተሽ ይቻላል፡፡ ይህ መጠይቅ

ከጉዳዩ ጋር እንዲሁ ለማስተዋወቅና እይታን ለማስፋት የሚወሰድ እንደሆነና ትክክለኛና እቅጩን የስሜት ብልህነት መጠናችንን የማያመላክት እንደሆነ ሊታወስ ይገባል፡፡

ከሰዎች ጋር ያለንን ግንኙነት ማጤን፣ የውስጥ ስሜቶቻችንን በቅርብ መከታተልና ምክንያታቸውን ለመገንዘብ መሞከርና የመሳሰሉትን እርምጃዎች መውሰድ ለስሜት ብልህነታችን እድገት ታላቅ አስተዋጽኦ ይኖረዋል፡፡ በተጨማሪም ይህንን መጽሐፍ ስናነብ ወደትውስታችን የሚመጡ ከዚህ በፊት ስሜታዊነታችን በእውነታ ላይ ጥላ ያጠሉባቸውን ሁኔታዎች በማስታወስ በእንዴት አይነት ሁኔታ ብንይዘው ውጤቱ ሊለወጥ እንደሚችል ማሰላሰል መልካም ነው፡፡

ስሜትን በበሰለ ሁኔታ መያዝ ለግላችን፣ ለቤተሰባችን፣ ለምንሰራባቸው መስሪያቤቶችም ሆነ ለሕብረተሰብና ለሃገር እድገት እጅግ ወሳኝ ጉዳይ መሆኑን አስታውሰን በዚህ የእውቀት ክፍል ለመበልጸግ ጥረትን እናድርግ፡፡

መልካም የብልህነት ዘመን!

የሃገራት አማካኝ የአእምሮ ብልህነት (IQ) ደረጃ

ማስታወሻ፡- ከአእምሮ ብልህነት (IQ) መጠን አጠገብ የኮከብ ምልክት ያላቸው ሃገሮች አዋቂዎቹ ጥናቱን ሊያደርጉ ባለመቻላቸው በግምትና አካባቢ ካሉ አገሮች አንጻር ያሰፈሯቸው ደረጃዎች ናቸው፡፡

ደረጃ	የሃገር ስም	የአእምሮ ብልህነት መጠን
1.	ሆንግ ኮንግ	107
2.	ደቡብ ኮሪያ	106
3.	ጃፓን	105
4.	ሰሜን ኮሪያ	105*
5.	ታይዋን	104
6.	ኔዘርላንድስ	102
7.	ጀርመን	102
8.	ጣሊያን	102
9.	አውስትሪያ	102
10.	ስዊዘርላንድ	101
11.	ስዊድን	101
12.	ለክሰምበርግ	101*
13.	ሲንጋፑር	100
14.	ቤልጅየም	100
15.	ቻይና	100
16.	ኒው ዚላንድ	100
17.	እንግሊዝ	100
18.	ሃንጋሪ	99
19.	ስፔይን	99
20.	ፖላንድ	99
21.	ሰሜን አሜሪካ (ዩ.ኤስ.ኤ)	98
22.	ኖርዌይ	98
23.	አውስትራሊያ	98
24.	ዴንማርክ	98
25.	ፈረንሳይ	98
26.	ሞልዶቫ	98*

ደረጃ	የሃገር ስም	የአእምሮ ብልህነት መጠን
27.	ሞንጎሊያ	98*
28.	አይስላንድ	98*
29.	ቼክ ሪፐብሊክ	97
30.	ካናዳ	97
31.	ፊንላንድ	97
32.	ሊትዌኒያ	97*
33.	ላትቪያ	97*
34.	ኢስቶኒያ	97*
35.	ስሎቫኪያ	96
36.	ራሺያ	96
37.	አርጀንቲና	96
38.	ኡራጓይ	96
39.	ቤላሩስ	96*
40.	ዩክሬን	96*
41.	ቬትናም	96*
42.	ሶልቬኒያ	95
43.	ፖርቹጋል	95
44.	ማልታ	95*
45.	ሮማኒያ	94
46.	እስራኤል	94
47.	ቡልጋሪያ	93
48.	አየርላንድ	93
49.	መቀዶኒያ	93*
50.	ቺሊ	93*
51.	አርሜኒያ	93*
52.	ካዛክስታን	93*
53.	ዩጎዝላቪያ	93*
54.	ጅዎርጂያ	93*
55.	ማሌዢያ	92
56.	ግሪክ	92
57.	ሳይፕረስ	92*
58.	ብሩኒ	92*
59.	ታይላንድ	91
60.	ኮስታሪካ	91*
61.	ቱርክ	90

ደረጃ	የሃገር ስም	የአእምሮ ብልህነት መጠን
62.	ክሮዌሺያ	90
63.	ፔሩ	90
64.	አልባኒያ	90*
65.	ሱሪኔም	89
66.	ኢንዶኔዥያ	89
67.	ላዎስ	89*
68.	ካምቦዲያ	89*
69.	ቫንዋቱ	89*
70.	ካምፐዲያ	88
71.	ቬኔዙዌላ	88*
72.	ሜክሲኮ	87
73.	ብራዚል	87
74.	ቶጎ	87
75.	ኢራቅ	87
76.	ሲሪያ	87*
77.	ተርክመኒስታን	87*
78.	ታጂኪስታን	87*
79.	አዘርባይጃን	87*
80.	ኡዝበክስታን	87*
81.	ኪርጊስታን	87*
82.	ዮርዳኖስ	87*
83.	ሳሞዋ (ምእራብ)	87
84.	ሊባኖስ	86
85.	ፊሊፒንስ	86
86.	ቡርማ (ሜንማር)	86*
87.	ሞሮኮ	85
88.	ኪውባ	85
89.	ቦሊቪያ	85*
90.	ፓራጓይ	85
91.	ማርሻል አይላንድ	84
92.	ኢራን	84
93.	ፊጂ	84
94.	ፖርቶ ሪኮ	84
95.	ሆንዱራስ	84*
96.	ሊቢያ	84*

ደረጃ	የሃገር ስም	የአእምሮ ብልህነት መጠን
97.	ማይክሮኔዢያ	84*
98.	ሶሎሞን አይላንድስ	84*
99.	ቱኒዚያ	84*
100.	ኒካራጓ	84*
101.	አልጀሪያ	84*
102.	ኤልሳልቫዶር	84*
103.	ኪሪባቲ	84*
104.	ዶሚኒካን ሪፐብሊክ	84*
105.	ጉያና	84*
106.	ፓናማ	84*
107.	ፓፑዋ ኒው ጊኒ	84*
108.	ግብጽ	83
109.	ሳውዲ አረቢያ	83*
110.	ባህሬን	83*
111.	ብሊዝ	83*
112.	አፍጋኒስታን	83*
113.	አማን	83*
114.	ኩዌት	83*
115.	የመን	83*
116.	ዩናይትድ አረብ ኤመሬትስ	83*
117.	ሕንድ	81
118.	ማልዲቭስ	81*
119.	ሞሪሽስ	81*
120.	ሲሸልስ	81*
121.	ስሪ ላንካ	81
122.	ባንግላዴሽ	81*
123.	ፓኪስታን	81*
124.	ኢክዋዶር	80
125.	ትርንዳድ እና ቶቤጎ	80*
126.	ጓዋቲማላ	79
127.	ማዳጋስካር	79*
128.	ኮሞሮስ	79*
129.	ባርባዶስ	78
130.	ኔፓ	78
131.	ካታር	78

ደረጃ	የሃገር ስም	የአእምሮ ብልህነት መጠን
132.	በሃማስ	78*
133.	ቡታን	78*
134.	ኬፕ ቨርዴ	78*
135.	ዛምቢያ	77
136.	ሴንት ሉቺያ	75*
137.	ሴንት ቺንሰንት	75*
138.	ሴንት ኪትስ እና ኔቪስ	75*
139.	አንቲጓና ባርቡዳ	75*
140.	ዶሚኒካ	75*
141.	ግሬናዳ	75*
142.	ኡጋንዳ	73
143.	ኮንጎ (ብራዛቪል)	73
144.	ሞሪታኒያ	73*
145.	ሱዳን	72
146.	ታንዛኒያ	72
147.	ጃማይካ	72
148.	ኬንያ	72
149.	ደቡብ አፍሪካ	72
150.	ሄይቲ	72*
151.	ሌሶቶ	72*
152.	ሞዛምቢክ	72*
153.	ስዋዚላንድ	72*
154.	ቦትስዋና	72*
155.	ቻድ	72*
156.	ናሚቢያ	72*
157.	ጋና	71
158.	ማላዊ	71*
159.	ኮት ዲቮር	71*
160.	ሩዋንዳ	70*
161.	ቡሩንዲ	70*
162.	ካሜሩን	70*
163.	ቤኒን	69*
164.	ቶጎ	69*
165.	አንጎላ	69*
166.	ማሊ	68*

ደረጃ	የሃገር ስም	የአእምሮ ብልህነት መጠን
167.	ሴንትራል አፍሪካን ሪፐብሊክ	68*
168.	ሶማሊያ	68*
169.	ኤርትራ	68*
170.	ጂቡቲ	68*
171.	ናይጄሪያ	67
172.	ኒጀር	67*
173.	ዚምባብዌ	66
174.	ቡርኪናፋሶ	66*
175.	ጋቦን	66*
176.	ኮንጎ (ዛየር)	65
177.	ጊኒ-ቢሳው	63*
178.	ሴራሊዮን	64
179.	ላይቤሪያ	64*
180.	ሴኔጋል	64*
181.	ጋምቢያ	64*
182.	ኢትዮጵያ	63
183.	ጊኒ	63
184.	ኢክዋቶሪያል ጊኒ	59
185.	ሳዎ ቶሜ	59

ምንጭ:- http://www.rlynn.co.uk/pages/article_intelligence/t4.asp

የስሜት ብልህነት መመዘኛ መጠይቅ

ከዚህ በታች የሚገኙትን 30 አረፍተ ነገሮች በማንበብ ለእያንዳንዱ አረፍተነገር የሚመጥንህን መልስ ከለየህ በኋላ ከዚያ መልስ አጠገብ ያለውን ቁጥር አክብብ፡፡ ጥያቄዎቹን ስትመልስ፣ "ቢሆን ጥሩ ነው" የምትለውን ሳይሆን በእውነተኛነት የአንተን አመካከትና ሁኔታ የሚያንጸባርቀውን መልስ መመለስህን አትዘንጋ፡፡ አረፍተ-ነገሩ የአንተን ሁኔታ ሙሉ በሙሉ የሚወክል ከሆነ ቁጥር አንድን፣ በመጠኑ የሚወክል ከሆነ ደግሞ ቁጥር ሁለትን፣ በፍጹም አንተን የማይወክል ከሆነ ግን ሶስት ቁጥር አክብብ፡፡

1. ስሜታዊነትን ሊያስከትል ይችላል የምለውን ሁኔታ ከመፍታት ይልቅ ማስተላለፍ ወይም ፈጽሞ መተው እመርጣለሁ፡፡ (1) ሙሉ ለሙሉ ትክክል ነው (2) በመጠኑ ትክክል ነው (3) ፍጹም ሃሰት ነው
2. አንዳንድ ሁኔታዎችን ሳስብ ለምን እንደሆነ ባላውቅም ጥሩ ያልሆነ፣ የፍርሃትና የመደናገጥ ስሜት አለብኝ፡፡ (1) ሙሉ ለሙሉ ትክክል ነው (2) በመጠኑ ትክክል ነው (3) ፍጹም ሃሰት ነው
3. ለማቆም እየፈለኩኝ ለማቆም ያልቻልኳቸው አንዳንድ ልማዶች አሉብኝ፡፡ (1) ሙሉ ለሙሉ ትክክል ነው (2) በመጠኑ ትክክል ነው (3) ፍጹም ሃሰት ነው
4. አሉታዊ ሃሳብን ማሰብ ከጀመርኩ ያንን ሳሃብ ማቆም እስከማልችል ድረስ ማሰላሰል እጀምራለሁ፡፡ (1) ሙሉ ለሙሉ ትክክል ነው (2) በመጠኑ ትክክል ነው (3) ፍጹም ሃሰት ነው
5. አንድን አቋም ከያዝኩኝ አጉል ድርቅና ያጠቃኛል ብዬ አስባለሁ፡፡ (1) ሙሉ ለሙሉ ትክክል ነው (2) በመጠኑ ትክክል ነው (3) ፍጹም ሃሰት ነው
6. አንድ ነገር ካስጨነቀኝ ስለዚያ ነገር ማሰብ ማቆም አልችልም፡፡ (1) ሙሉ ለሙሉ ትክክል ነው (2) በመጠኑ ትክክል ነው (3) ፍጹም ሃሰት ነው

7. ሰዎች ካላመሰገኑኝ በስተቀር በማደርገው ተግባር ደስተኛ አይደለሁም::
(1) ሙሉ ለሙሉ ትክክል ነው (2) በመጠኑ ትክክል ነው (3) ፍጹም ሃሰት ነው
8. ደስ የማይለኝን ወይም ከባድ የሆነን ስራ ስሰራ ራሴን ማነሳሳት ያስቸግረኛል::
(1) ሙሉ ለሙሉ ትክክል ነው (2) በመጠኑ ትክክል ነው (3) ፍጹም ሃሰት ነው
9. ሰዎች ከሃሳቤ ጋር የማይስማሙ ከመሰለኝ ሃሳቤን መግለጥ አልወድም::
(1) ሙሉ ለሙሉ ትክክል ነው (2) በመጠኑ ትክክል ነው (3) ፍጹም ሃሰት ነው
10. አንድን ነገር ለመጀመር ወይም አንድ ተግባር ለመፈጸም የሰዎችን ግፊት እፈልጋለሁ::
(1) ሙሉ ለሙሉ ትክክል ነው (2) በመጠኑ ትክክል ነው (3) ፍጹም ሃሰት ነው
11. አንዳንድ ሁኔታዎች ሲያጋጥሙኝ የማልጠብቃቸው ስሜቶች በድንገት ይመጡብኛል::
(1) ሙሉ ለሙሉ ትክክል ነው (2) በመጠኑ ትክክል ነው (3) ፍጹም ሃሰት ነው
12. ሌሎች ሰዎችን ለማስደሰት ስል ሁኔታዬን እቀያይራለሁ::
(1) ሙሉ ለሙሉ ትክክል ነው (2) በመጠኑ ትክክል ነው (3) ፍጹም ሃሰት ነው
13. አንድን ውሳኔ እኔ ከማደርገው በእኔ ፋንታ ሌላ ሰው ቢያደርግልኝ የበለጠ ይመቸኛል::
(1) ሙሉ ለሙሉ ትክክል ነው (2) በመጠኑ ትክክል ነው (3) ፍጹም ሃሰት ነው
14. በአንድ ተግባር ወዲያው ጎበዝ ካልሆንኩ ቀስ በቀስ ከማሻሻል ይልቅ አንደኛውኑ ብተወው ይሻለኛል::
(1) ሙሉ ለሙሉ ትክክል ነው (2) በመጠኑ ትክክል ነው (3) ፍጹም ሃሰት ነው
15. በቁመናዬ፣ በመልኬና በአመለካከቴ በጣም አፍርበታለሁ::
(1) ሙሉ ለሙሉ ትክክል ነው (2) በመጠኑ ትክክል ነው (3) ፍጹም ሃሰት ነው
16. አንድን ነገር ለማግኘት ወይም እርዳታ ስፈልግ ፍላጎቴን ከመግለጽ ይልቅ ዝም ማለት ይቀለኛል::
(1) ሙሉ ለሙሉ ትክክል ነው (2) በመጠኑ ትክክል ነው (3) ፍጹም ሃሰት ነው

17. ሰዎች የተናገሩኝ ነገር ጥሩ ስሜት ካልሰጠኝ ነገሩን ከሃሳቤ ለማውጣት ብዙ ጊዜ ይፈጅብኛል::

(1) ሙሉ ለሙሉ ትክክል ነው (2) በመጠኑ ትክክል ነው (3) ፍጹም ሃሰት ነው

18. የምወስናቸው ውሳኔዎች ምን አይነት ውጤት ሊያስከትሉ እንደሚችሉ የማሰብ ፍላጎት የለኝም::

(1) ሙሉ ለሙሉ ትክክል ነው (2) በመጠኑ ትክክል ነው (3) ፍጹም ሃሰት ነው

19. ሌሎችን ሰዎች አስቀይማለሁ የሚል ፍርሃት ስላለብኝ የሰዎችን ሃሳብ መቃወምም ሆነ የራሴን ሃሳብ አጽንቶ መናገር አልፈልግም::

(1) ሙሉ ለሙሉ ትክክል ነው (2) በመጠኑ ትክክል ነው (3) ፍጹም ሃሰት ነው

20. እንደ ንዴትና ሃዘን የመሳሰሉ አሉታዊ ስሜቶች ሲያጠቁኝ በተቻለኝ መጠን አምቄ ለመያዝ ጥረት አደርጋለሁ::

(1) ሙሉ ለሙሉ ትክክል ነው (2) በመጠኑ ትክክል ነው (3) ፍጹም ሃሰት ነው

21. ስህተት ስሰራ፣ "ደደብ ነኝ፣ አይሳካልኝም" አይነት ሃሳቦች ለራሴ እናገራለሁ::

(1) ሙሉ ለሙሉ ትክክል ነው (2) በመጠኑ ትክክል ነው (3) ፍጹም ሃሰት ነው

22. ማታ ማታ ስለ አንዳንድ ችግሮች በማሰላሰል የማምሸት ዝንባሌ አለኝ::

(1) ሙሉ ለሙሉ ትክክል ነው (2) በመጠኑ ትክክል ነው (3) ፍጹም ሃሰት ነው

23. ስለራሴ ሳስብ ራሴን እንዳልቀበል የሚያደርጉኝ ብዙ ጣጣዎች ያሉብኝ ይመስለኛል::

(1) ሙሉ ለሙሉ ትክክል ነው (2) በመጠኑ ትክክል ነው (3) ፍጹም ሃሰት ነው

24. የኋላ ኋላ ነገሩ ካልተሳካ የስሜት ቀውስ ስለሚያመጣብኝ በአንድ ነገር ላይ ተስፋ ማድረግ አልፈልግም::

(1) ሙሉ ለሙሉ ትክክል ነው (2) በመጠኑ ትክክል ነው (3) ፍጹም ሃሰት ነው

25. ፈታኝ ሁኔታዎች ሲገጥሙኝ ትእግስተኛ ሰው አይደለሁም::

(1) ሙሉ ለሙሉ ትክክል ነው (2) በመጠኑ ትክክል ነው (3) ፍጹም ሃሰት ነው

26. ነገሩ ካለፈ በኋላ፣ "ምነው ባልተናገርኩት" የምለውን ሃሳብ የመናገር ልማድ አለብኝ፡፡ (1) ሙሉ ለሙሉ ትክክል ነው (2) በመጠኑ ትክክል ነው (3) ፍጹም ሃሰት ነው
27. ከድብርት ስሜት ለመውጣት ብዙ ጊዜ ይፈጅብኛል፡፡ (1) ሙሉ ለሙሉ ትክክል ነው (2) በመጠኑ ትክክል ነው (3) ፍጹም ሃሰት ነው
28. ሰዎች ሁሉ በእኔ ካለአግባብ እየተጠቀሙ የሚረማመዱብኝ ይመስለኛል፡፡ (1) ሙሉ ለሙሉ ትክክል ነው (2) በመጠኑ ትክክል ነው (3) ፍጹም ሃሰት ነው
29. በሕይወቴ ባለኝ ዓላማና እቅድ የጓጓሁ፣ የተነቃቃሁና ደስተኛ አይደለሁም (1) ሙሉ ለሙሉ ትክክል ነው (2) በመጠኑ ትክክል ነው (3) ፍጹም ሃሰት ነው
30. አዳዲስ ነገሮችን የመጀመርን ተግዳሮት መጋፈጥ ደስ አይለኝም (1) ሙሉ ለሙሉ ትክክል ነው (2) በመጠኑ ትክክል ነው (3) ፍጹም ሃሰት ነው

መፍቻ

ለእያንዳንዶቹ አረፍተነገሮች በሰጠሃቸው መልሶች ላይ ያከበብካቸውን ቁጥሮች ደምራቸውና ድምሩን እዚህ ጋር አስፍር________________

- ውጤትህ ከ30 እስከ 50 ከሆነ የስሜት ብልህነትህ አናሳ እንደሆነ አመልካች ነውና በሚገባ አስብበት፡፡
- ውጤትህ ከ51 እስከ 70 ከሆነ የስሜት ብልህነትህ መካከለኛ ነውና ለማሻሻል ጥረት አድርግ፡፡
- ውጤትህ ከ71 እስከ 90 ከሆነ የስሜት ብልህነትህ ከፍተኛ ነውና በዚያው ለመቀጠልና የበለጠ ለማሻሻል ግፋበት፡፡

References

1. Borisoff, D. & Victor, D. (1998). *Conflict management.* Allyn and Bacon, Needham Heights, MA.

2. Bradberry, T. & Greaves, J. (2009). *Emotional Intelligence 2.0.* TalentSmart, San Deigo, CA.

3. Cornwall, M. (2010). *Go Suck A Lemon.* Travis Press, Shelbyville, KY.

4. Costantino, C. & Christina, S. (1996). *Designing Conflict management Systems.* Jossey-Bass, Sanfransisco, CA.

5. Deutschendorf, H. (2009). *The Other Kind of Smart.* American Management Association, New York, NY

6. Dobson, E., Leas, S., & Shelley, M. (1992). *Mastering Conflict and Controversy.* Multnomah Publishers Inc. Portland, OR.

7. Goleman, D. (1995). *Emotional Intelligence.* Bantam Books, New York, NY.

8. Goleman, D. (1998). *Working With Emotional Intelligence.* Bantam Books, New York, NY.

9. Goleman, D. (2006). *Social Intelligence.* Bantam Books, New York, NY.

10. Goleman, D. (2011). *The Brain And Emotional Intelligene: New Insight.* More Than Sound LLC, Northampton, MA

11. Kalellis, P. (2001). *Restoring Relationships: Five Things To Try before You Say Goodbye.* The Crossroad Publishing Company. New York, NY.

12. Leonard, S. (1994). *The Book-A Step-by-Step Guide for Dispute Resolvers.* Evanston Publishing, Evanston, IL.

13. Lynn, A. (2005). *The EQ Difference. American Management Association*, New Yor, NY

14. Nadler, R. (2011). *Leading With Emotional Intelligence.* McGrow Hill, New York, NY.

15. Segal, J. (1997). *Raising Your Emotional Intelligence.* Henry Holt And Company, LLC, New York, NY.

16. Segal, J. (2008). *The Language Of Emotional Intelligence.* McGrow Hill, New York, NY.

17. Stein, S. & Book, H. (2011). *The EQ Edge: Emotional Inteligence And Your Success.* Jossey-Bass, Canada.

18. Stone, D., Patton, B., and Heen, S. (1999). *Difficult Conversations: How To Discuss What Matters Most.* Penguin Group, New York, NY.

19. Weeks, D. (1992). *The Eight Essential Steps To Conflict Resolution,* Penguin Puntnam, New York, NY.

20. Yasko-manngum, J. (2007). *Look, Speak and Behave.* Skyhorse Publishing, New York, NY.